INSIGHT PUBLICA ®

Nadakkavu, Kozhikode, Kerala
Tel:0495–4020666
www.insightpublica.com
e-mail: insightpublica@gmail.com

Palestine Cinema

C.V. Ramesan

(Malayalam -Cinema)
First Edition: February 2021

ISBN 978-93-90535-68-2
Printed and Published by
Insightinpublica Printers & Publishers Pvt. Ltd.

പാലസ്തീൻ സിനിമ

സി.വി. രമേശൻ

1959 ൽ വടകര താലൂക്കിലെ പതിയാരക്കരയിൽ ജനനം. ഗവ. കോളേജ് മടപ്പള്ളി, ഗവ. ബ്രണ്ണൻ കോളേജ് എന്നിവിടങ്ങളിലെ പഠനത്തിന് ശേഷം 1983 ൽ ചേളന്നൂർ ശ്രീനാരായണ കോളേജിൽ ഗണിതശാസ്ത്ര അദ്ധ്യാപകനായി ജോലിയാരംഭിച്ചു. 2015ൽ ജോലിയിൽ നിന്നും വിരമിച്ചു.

മലയാളത്തിലെ പ്രമുഖവാരികകളിലും, ചലച്ചിത്രസമീക്ഷ, ദൃശ്യതാളം എന്നീ ചലച്ചിത്ര പ്രസിദ്ധീകരണങ്ങളിലും സിനിമ, ഗണിതശാസ്ത്രം, സ്വതന്ത്രസോഫ്റ്റ് വെയർ തുടങ്ങിയ വിഷയങ്ങളിൽ ലേഖനങ്ങൾ എഴുതിക്കൊണ്ടിരിക്കുന്നു. *അതിജീവനത്തിന്റെ കാഴ്ചകൾ*, പ്രവീൺ ചന്ദ്രനുമായി ചേർന്ന് രചിച്ച പുസ്തകം *ഗണിതത്തിന്റെ അത്ഭുതലോകം* എന്നിവയാണ് പുസ്തകങ്ങൾ.

പത്നി : ചിത്രലേഖ, മകൻ അഭിഷേക്.

വിലാസം : സാവേരി, പതിയാരക്കര പി. ഒ.,
വടകര. കോഴിക്കോട് ജില്ല. പിൻ 673105.

മൊബൈൽ : 9447636672, വാട്ട്സാപ്പ്: 7907525440.

ഇമെയിൽ : ramesancv@gmail.com

സി.വി. രമേശൻ

ഉള്ളടക്കം

പോരാട്ടങ്ങൾക്ക് കരുത്ത് പകരുന്ന പാലസ്തീൻ സിനിമ

ദശാബ്ദങ്ങളായി ലോകമനസ്സാക്ഷിയെ നടുക്കിക്കൊണ്ട് നടന്നുവരുന്ന ഇസ്രായേൽ - പാലസ്തീൻ പോരാട്ടങ്ങൾ ഇപ്പോഴും തുടരുകയാണ്. അമേരിക്ക പോലുള്ള മുതലാളിത്തശക്തികളെ കൂട്ടുപിടിച്ചു കൊണ്ട് ഇസ്രായേൽ, പാലസ്തീനെതിരെ നടത്തിക്കൊണ്ടിരിക്കുന്ന കിരാതമായ ഈ ആക്രമണങ്ങൾ വമ്പിച്ച ജനരോഷമാണ് ഉണ്ടാക്കിക്കൊണ്ടിരിക്കുന്നത്.

മനുഷ്യത്വരഹിതമായ ഈ ആക്രമണങ്ങൾക്കെതിരെ, പാലസ്തീൻ സിനിമകൾ ശക്തമായ നിലപാടുകൾ ആണെടുക്കുന്നത്. ലോകസിനിമയിൽ മറ്റൊരു ഭാഷയിലും കാണാൻ കഴിയാത്ത രീതിയിൽ. ഡോക്യുമെന്ററികൾ പാലസ്തീൻ സിനിമയിൽ ഉണ്ടാവുന്നതിന്റെ കാരണം ഇതാണ്. അതുപോലെ പാലസ്തീൻ ഫീച്ചർ സിനിമകൾക്ക് ഒരു ഡോക്യുമെന്ററി സ്വഭാവം അനുഭവപ്പെടുന്നതും അതുകൊണ്ടു തന്നെയാണ്.

പാലസ്തീൻ സിനിമയിലെ പ്രധാന സംവിധായകർ, ഏലിയാ സുലൈമാൻ, ആൻമേരി ജാസിർ, ഹാനി അബു അസ്സാദ്, മിഷേൽ ക്ളൈഫി, റഷീദ് മഷറാവി, എന്നിവരുടെ ചലച്ചിത്രസംഭാവനകൾ ഈ സമാഹാരത്തിൽ വിശദമായി പരിശോധിക്കുന്നു. ഓരോരുത്തരുടെയും പ്രധാനപ്പെട്ട രണ്ട് മൂന്നു ചിത്രങ്ങൾ സൂക്ഷ്മമായി വിശകലനം ചെയ്യുന്നു. മറ്റ് രാജ്യങ്ങളിലെ സംവിധായകരിൽ നിന്നും വ്യത്യസ്തരായി, പാലസ്തീൻ സംവിധായകർ സ്വന്തം ചലച്ചിത്രാനുഭവങ്ങൾ മാത്രമല്ല അഭിമുഖങ്ങളിൽ പങ്ക് വെക്കുന്നത്. സ്വന്തം നാടിനുവേണ്ടി നടത്തുന്ന

പോരാട്ടങ്ങളെക്കുറിച്ചും അവർക്ക് ഏറെ പറയാനുണ്ട്, അതുകൊണ്ട് എല്ലാവരുടേയും അഭിമുഖങ്ങൾ പ്രസക്തമാവുന്നു. അവസാന ഭാഗത്ത് പാലസ്തീനിലെ പുതുതലമുറയിലെ സംവിധായകരെ പരിചയപെടുത്തുന്നുണ്ട്. ആദ്യ അദ്ധ്യായത്തിൽ പാലസ്തീന്റെയും പാലസ്തീൻ സിനിമയുടെയും ചരിത്രം സംക്ഷിപ്തമായി പറഞ്ഞു കൊണ്ട്, പാലസ്തീൻ ഓർമ്മകൾ എങ്ങനെയാണ് സിനിമകൾ തിരിച്ചുപിടിക്കുന്നതെന്ന് വിശദമാക്കുന്നു.

ഈ പുസ്തകത്തിന്റെ പൂർത്തികരണത്തിനായി സഹായിച്ച പ്രമോദ്, ഇത് പ്രസിദ്ധീകരിച്ച ഇൻസൈറ്റ് പബ്ലികയുടെ സുമേഷ് ഇവർക്കു നന്ദി പറയുന്നു. പുസ്തകം ചലച്ചിത്ര സ്നേഹികളുടെ മുമ്പിൽ വെക്കുന്നു.

സി. വി. രമേശൻ.

1
പാലസ്തീൻ ചരിത്രം സിനിമ വീണ്ടെടുക്കുന്നു

1982, ലെബനോൻ തലസ്ഥാനം ബെയ്റൂത്ത്. ഇസ്രയേലി ആക്രമണങ്ങളിൽ നിന്ന് ജീവൻ രക്ഷിക്കാനായി ലെബനോനിൽ എത്തിയ പാലസ്തീനികൾക്ക് നേരെ നടന്ന ബോംബാക്രമണങ്ങൾ ബെയ്റൂത്തിലെ പാലസ്തീൻ ജീവിതം അക്ഷരാർത്ഥത്തിൽ സ്തംഭിപ്പിച്ചു. ലെബനോനിലെ പാലസ്തീൻ ജീവിതം അവസാനിപ്പിക്കാനായി നടന്ന ഈ ഇസ്രയേലി ബോംബാക്രമണങ്ങിൽ, വർഷങ്ങളായി പാലസ്തീൻ ജീവിതത്തിനുമേൽ ഇസ്രയേൽ നടത്തിക്കൊണ്ടിരുന്ന പൈശാചികമായ കടന്നുകയറ്റങ്ങളുടെ നേർക്കാഴ്ചകളടങ്ങിയ നൂറോളം സിനിമകളുടെ, വൻ ശേഖരം അവർ ബോംബിട്ട് തകർത്തു. 1948 മുതൽ 1980 വരെ നിർമ്മിക്കപ്പെട്ട ഡോക്യുമെന്ററികൾ, ഇസ്രയേലി ആക്രമണങ്ങളുടെ ഫൂട്ടേജുകൾ, അഭയാർത്ഥിജീവിതങ്ങളുടെ നേർക്കാഴ്ചകൾ ഇവയൊക്കെ അടങ്ങിയ പാലസ്തീൻ ഫിലിം യൂനിറ്റ് ആർക്കൈവ് (Palestine Film Unit Archive), ഫിലിം ഇൻസ്റ്റിറ്റ്യൂട്ട് ഓഫ് വെസ്റ്റ് ബെയ്റൂട്ടിൽ (Film Institute of West Beirut) ആയിരുന്നു സംരക്ഷിക്കപ്പെട്ടിരുന്നത്. നല്ല രീതിയിൽ ഡോക്യുമെന്റ് ചെയ്ത് ക്രമപ്പെടുത്തിയ ആർക്കൈവിൽ പാലസ്തീൻ ജനതയുടെ ജീവിക്കാനായുള്ള പോരാട്ടങ്ങളുടെ, കണ്ണീരും രക്തവും കലർന്ന ചരിത്ര ഏടുകളാണ് ഇസ്രയേലി സൈന്യം അന്ന് ബെയ്റൂട്ടിലെ തെരുവിൽ ബോംബാക്രമണത്തിൽ നശിപ്പിച്ചത്. ആദ്യകാല പാലസ്തീൻ സംവിധായകൻ അബു അലിയുടെ നേതൃത്വത്തിൽ ലോകം മുഴുവനുമുള്ള പാലസ്തീൻ സംവിധായകർ

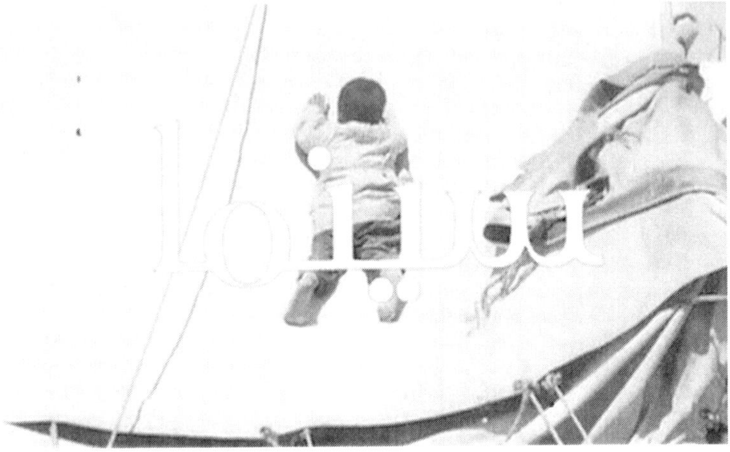

ഫോർ കൾച്ചറൾ പർപ്പസ് ഒൺലി

മുൻകൈയ്യെടുത്ത് നിർമ്മിച്ച ആർക്കൈവിന്റെ ചുമതല പാലസ്തീൻ സംവിധായിക ഖദീജ അബു അലിക്ക് ആയിരുന്നു. ആക്രമണസമയത്ത് പി. എൽ. ഓ. തലവൻ യാസ്സർ അറഫാത്തിനെ നേരിട്ട് പോയിക്കണ്ട് ആർക്കൈവിന്റെ സംരക്ഷണം അവർ ഉറപ്പ് വരുത്തിയിരുന്നു. അതിനായി അദ്ദേഹം ക്രമീകരണങ്ങൾ നടത്തിയെങ്കിലും ഇസ്രയേലിന്റെ ആസൂത്രിത നീക്കത്തിൽ, ആക്രമണത്തിനു മുമ്പായി ആർക്കൈവ് ബെയ്റൂത്തിൽ നിന്ന് മാറ്റാൻ അവർക്കായില്ല. ഒരു ജനതയുടെ നിലനിൽപ്പിനായുള്ള പോരാട്ടങ്ങളുടെ, പലായനങ്ങളുടെ, അവർ നേരിട്ട വേട്ടയാടലുകളുടെ, ഓർമ്മകളുടെ രേഖപ്പെടുത്തലുകളാണ് അന്ന് ഇസ്രയേൽ ബെയ്റൂത്തിൽ നശിപ്പിച്ചത്. പാലസ്തീൻ ജനതയോട് കാലങ്ങളായി ഇസ്രയേൽ നടത്തിക്കൊണ്ടിരുന്ന ക്രൂരതകളുടെ ഓർമ്മകൾ അവർക്ക് നശിപ്പിക്കേണ്ടതുണ്ടായിരുന്നു, ലോകത്തിനു മുമ്പിൽ തങ്ങളുടെ കുറ്റകൃത്യങ്ങളുടെ കാഴ്ചകൾ പ്രദർശിപ്പിക്കുന്നത് എങ്ങിനേയും അവർക്ക് തടയണമായിരുന്നു. എന്നാൽ മനുഷ്യമനസ്സിലെ ഓർമ്മകൾ നശിപ്പിക്കാൻ തങ്ങൾക്കാവില്ല എന്ന സത്യം അവർ അന്ന് തിരിച്ചറിഞ്ഞില്ല, ഒരിക്കലും ഓർമ്മകളിൽ നിന്നു മാഞ്ഞുപോകാതെ, ആ പാലസ്തീൻജീവിതക്കാഴ്ചകൾ ലോകം നെഞ്ചോട് ചേർത്തു വെച്ചുകൊണ്ടിരിക്കുന്നു.

ഈ സംഭവം കേന്ദ്രീകരിച്ച് പാലസ്തീൻ സംവിധായകർ നിർമ്മിച്ച രണ്ട് ഡോക്യുമെന്ററികൾ ഇപ്പോൾ ലോകം ചർച്ച ചെയ്തു വരികയാണ്. സാറാ വുഡ്ഡിന്റെ (Sarah Wood) ‘ഫോർ കൾച്ചറൾ പർപ്പസ് ഒൺലി’ (For Cultural Puposes Only). അസ്സാ എൽ ഹസ്സന്റെ (Assa

El-Hassan) 'കിംഗ് ആന്റ് ദി എക്സ്ട്രാസ്: ഡിഗ്ഗിംഗ് ഫോർ എ പാലസ്തീൻ ഇമേജ്' (King and the Extras : Digging for a Palestenian Image) എന്നിവയാണ് ആ ചിത്രങ്ങൾ. പാലസ്തീൻ ആർക്കൈവ് തകർത്തതിന്റെ പുറകിലെ ഇസ്രയേൽ ആസൂത്രണങ്ങളും അവരുടെ ലക്ഷ്യങ്ങളും ഈ ചിത്രങ്ങൾ ചർച്ച ചെയ്യുന്നു. അഭിമുഖങ്ങളിലൂടെ, അക്കാലത്ത് ജീവിച്ചിരുന്നവരുടെ അനുഭവങ്ങളിലൂടെ, ഓർമ്മകളിലൂടെ ചരിത്രത്തിൽ ഇസ്രയേൽ സൃഷ്ടിച്ചു കൊണ്ടിരിക്കുന്ന കറുത്ത പാടുകൾ ഇതുകൊണ്ടൊന്നും കഴുകിക്കളയാൻ പറ്റില്ലെന്ന് അടിവരയിടുന്നു ഈ ചിത്രങ്ങൾ.

ഓർമ്മകൾ നശിപ്പിക്കാൻ കഴിയില്ല എന്ന സത്യത്തിനുമുമ്പിൽ ഇസ്രയേൽ പരാജയപ്പെടുന്നു. തങ്ങൾ, തങ്ങളുടെ പൂർവ്വികർ നേരിട്ട/ നേരിട്ടുകൊണ്ടിരിക്കുന്ന ദുരന്തങ്ങളുടെ ഓർമ്മകൾ ആവിഷ്കരിച്ചുകൊണ്ടാണ് പാലസ്തീൻ സംവിധായകർ ഇസ്രയേൽ നീക്കത്തെ പ്രതിരോധിച്ചതും ഇപ്പോൾ പ്രതിരോധിച്ചുകൊണ്ടിരിക്കുന്നതും. പാലസ്തീൻ സിനിമയുടെ തുടക്കം മുതൽ ഇക്കാലം വരേയും, ഭാവിയിലും പാലസ്തീൻ ജനതയുടെ തീവ്രമായ ഓർമ്മകളിൽ നിന്ന് സിനിമകൾ ഊർജ്ജം കണ്ടെത്തും എന്ന് തന്നെയാണ് പാലസ്തീൻ സിനിമാചരിത്രവും അതിന്റെ വർത്തമാനവും ഓർമ്മിപ്പിക്കുന്നത്. സമകാലീന പാലസ്തീൻ സിനിമയുടെ കാഴ്ചാനുഭവങ്ങളും തീക്ഷ്ണവും വൈവിദ്ധ്യവുമാർന്ന ഇത്തരം ഓർമ്മകളിലേക്ക് തന്നെയാണ് നമ്മെ എത്തിക്കുന്നത്.

പാലസ്തീൻ സംവിധായകരേയും അവരുടെ ചിത്രങ്ങളും പരിചയപ്പെടുന്നതിനു മുമ്പായി, പാലസ്തീനിന്റേയും പാലസ്തീൻ സിനിമയുടേയും സംക്ഷിപ്തചരിത്രം പരിശോധിക്കേണ്ടത് അത്യാവശ്യമാണ്. പാലസ്തീനിലെ ജനങ്ങളും അവിടുത്തെ ചലച്ചിത്രപ്രവർത്തകരും നേരിട്ട പീഡനങ്ങളിലേക്ക് ചെറിയ തോതിലെങ്കിലും വെളിച്ചം പകരാൻ ഇത് സഹായകരമാവും എന്ന് കരുതുന്നു.

പാലസ്തീൻ സംഘർഷം

ഓട്ടോമൻ ഭരണകാലത്ത് സിറിയ, പാലസ്തീൻ, ജോർഡാൻ എന്നീ രാജ്യങ്ങൾ ചേർന്നുള്ള ലെവന്റ് (Levant) ന്റെ ഭാഗമായിരുന്നു പാലസ്തീൻ. 1916ൽ ഒന്നാം ലോക മഹായുദ്ധാനന്തരം ബ്രിട്ടൻ, ഫ്രാൻസ്, റഷ്യ എന്നീ രാജ്യങ്ങൾ തമ്മിലുണ്ടാക്കിയ കരാറനുസരിച്ച്, അറബ് മണ്ഡലം പല ഭാഗങ്ങളായി വിഭജിക്കപ്പെടുകയും അതിന്റെ തുടർച്ചയായി പാലസ്തീനിലെ കേവലം അഞ്ച് ശതമാനം മാത്രം വരുന്ന ജൂതർക്കായി ഒരു പ്രത്യേക രാജ്യം രൂപീകരിക്കപ്പെടുകയും ചെയ്തു.

അതായിരുന്നു ഇസ്രായേലിന്റെ തുടക്കം. 1918 മുതൽ 1947 വരെ പാലസ്തീനിന്റെ ആധിപത്യം ബ്രിട്ടൻ ഏറ്റെടുക്കുകയും 1947 ൽ അത് പാലസ്തീൻ, ഇസ്രായേൽ എന്നീ സ്റ്റേറ്റുകളായി ഭരണപരമായി വിഭജിക്കപ്പെടുകയും ചെയ്തു. 1948 മെയ് 15 ന് ഇസ്രായേൽ സ്റ്റേറ്റ് നിലവിൽ വന്നതോടെയാണ് അവിടെ നിന്നും പാലസ്തീനികളെ പുറത്താക്കാൻ തുടങ്ങിയത്. ചരിത്രത്തിൽ നക്ബ (ദുരന്തം) എന്നാണ് അത് വിളിക്കപ്പെടുന്നത്. പാലസ്തീൻ ചരിത്രത്തിൽ, 1948 'സ്ഥാനമാറ്റത്തിന്റെ വർഷം' (Year of displacement) എന്നാണറിയപ്പെടുന്നത്. പുറത്താക്കപ്പെട്ട പാലസ്തീനികൾ വെസ്റ്റ് ബാങ്ക്, ഗാസ, അറബ് രാജ്യങ്ങളായ ഈജിപ്ത്, ജോർഡാൻ, ഇറാക്ക്, സിറിയ എന്നിവിടങ്ങളിൽ അഭയാർത്ഥികളായി എത്താൻ തുടങ്ങി. പാലസ്തീൻ ജനതയുടെ പലായനങ്ങളുടെ ദുരന്ത ജീവിതം അന്നു മുതൽ ആരംഭിക്കുന്നു.

2018 ലെ ഐക്യരാഷ്ട്രസഭ കണക്കുകളനുസരിച്ച് ലോകത്തിൽ അഭയാർത്ഥികളായി മറ്റ് രാജ്യങ്ങളിൽ കുടിയേറുന്നവരിൽ ഏറ്റവുമധികം പാലസ്തീനികളാണെന്ന അറിവ് നമ്മെ അത്ഭുതപ്പെടുത്തുന്നില്ല, കാരണം ഒരിക്കലും പരിഹരിക്കപ്പെടാൻ സാദ്ധ്യതയില്ലാത്ത ഒരു പ്രശ്നമായി പാലസ്തീൻ - ഇസ്രയേൽ പ്രശ്നം മാറിക്കഴിഞ്ഞു. കാരണം, അതിനു പിന്നിൽ കരുക്കൾ നീക്കിക്കൊണ്ടിരുന്നതും ഇപ്പോഴും അവ വെച്ച് കളിച്ചുകൊണ്ടിരിക്കുന്നതും അമേരിക്കൻ സാമ്രാജ്യത്വമാണെന്നത് വ്യക്തമായ വസ്തുതയാണ്. അമേരിക്കൻ - ഇസ്രയേൽ ബാന്ധവം, ആയുധവ്യാപാരമടക്കമുള്ള സാമ്രാജ്യത്വശക്തിയുടെ താല്പര്യങ്ങൾ സംരക്ഷിക്കുന്ന രീതിയിലാണല്ലോ. വിവിധ രാജ്യങ്ങളിൽ വ്യത്യസ്ത പശ്ചാത്തലങ്ങളിൽ ജീവിക്കുന്ന പാലസ്തീനികൾ അഭിമുഖീകരിച്ചത് പല തരം പ്രശ്നങ്ങളായിരുന്നു. അങ്ങനെ പാലസ്തീൻ ദേശീയത എന്നത് സങ്കീർണ്ണമായ ഒരു വിഷയമായി മാറി. ഇസ്രായേൽ, അമേരിക്കൻ മുതലാളിത്ത പിന്തുണയോടെ പാലസ്തീൻ ജനതയുടെ മേൽ പ്രയോഗിക്കുന്ന സമ്മർദ്ദങ്ങൾ കാലങ്ങളായി ലോകം കണ്ടു കൊണ്ടിരിക്കുകയാണ്. ഇത്തരത്തിലുള്ള നിരവധി പ്രശ്നങ്ങൾ അതിജീവിച്ചു കൊണ്ടാണ് പാലസ്തീൻ ജനത ഇപ്പോഴും മുമ്പോട്ട് പോയ്ക്കൊണ്ടിരിക്കുന്നത്.

'ചരിത്രത്തിൽ നിന്നും പുറത്താക്കപ്പെട്ട ജനത' യെന്നും 'ചരിത്രം മറന്ന ജനത' യെന്നും പാലസ്തീൻ ജനതയെ വിശേഷിപ്പിക്കുന്നത് പൂർണ്ണമായും സത്യമാണ്. ഇസ്രയേൽ രാജ്യം സ്ഥാപിച്ചതിനുശേഷമുള്ള പാലസ്തീന്റെ ചരിത്രം പോരാട്ടങ്ങളുടേയും അഭയാർത്ഥിജീവിതങ്ങളുടേതുമായിരുന്നു. അതുകൊണ്ട് തന്നെ ചരിത്രകാരന്മാരുടേയും എഴുത്തുകാരുടേയും മനസ്സുകളിൽ അക്കാലം ചരിത്രഹീനമായിരുന്നു അല്ലെങ്കിൽ

ചരിത്രരഹിതമായിരുന്നു. ഒരിടത്ത് ഉറച്ച് നിൽക്കാനാകാത്ത, പലപല അഭയാർത്ഥിക്യാമ്പുകളിലായി ജീവിതം തള്ളിനീക്കുന്ന, പതിവായുള്ള ഇസ്രായേലി ആക്രമണങ്ങൾക്കിടയിൽ ജീവനും കൊണ്ട് ഓടിരക്ഷപ്പെടുന്നവർക്ക് എങ്ങനെയാണ് സാധാരണരീതിയിലുള്ള ചരിത്രരചന സാദ്ധ്യമാവുന്നത്? എഴുത്തുകാരൻ ഖോവി ഇസ്സാം (Khowie Issam) സൂചിപ്പിക്കുന്നത് പോലെ, "the experience of being uprooted, the banishment and the crime, the absence etc. made people of Palestine without history after 1948.". പ്രസിദ്ധ രാഷ്ട്രീയ ചിന്തകൻ എഡ്വേഡ് സെയ്ദ് നിരീക്ഷിക്കുന്നത് പോലെ, "ഇസ്രായേലി നരേറ്റീവിന്റെ മേധാവിത്വത്താൽ പാലസ്തീൻ ഓർമ്മകൾ നിശ്ശബ്ദമാക്കപ്പെടുകയായിരുന്നു". ജയിക്കുന്നവൻ ചരിത്രമെഴുതുന്ന, ജയിക്കുന്നവന്റെ ചരിത്രം മാത്രം പ്രസിദ്ധീകരിക്കപ്പെടുന്ന നിരവധി സന്ദർഭങ്ങൾ കോളനി ഭരണകാലത്ത് ലോകം കണ്ട് ശീലിച്ചതാണ്. യൂറോപ്യൻ ജനത, സിയോണിസ്റ്റുകളെ വിശ്വസിക്കുകയായിരുന്നു, അനുകൂലിക്കുകയായിരുന്നു. അവരായിരുന്നല്ലോ വിശുദ്ധഭൂമിക്കായുള്ള യുദ്ധത്തിൽ വിജയം വരിച്ചത്. മറ്റുള്ളവരുടെ നിലനിൽപ്പ് തന്നെ അവഗണിക്കപ്പെടുകയായിരുന്നു. അവരുടെ ഭൂമിയും അവകാശങ്ങളും അവഗണിക്കപ്പെട്ടു, പാലസ്തീനികൾ നാടോടികളായും ആദിവാസികളായും അതുവഴി, ദേശീയ അധികാരമില്ലാത്തവരുടെ കൂട്ടമായും ചിത്രീകരിക്കപ്പെട്ടു. പ്രസിദ്ധ ചിന്തകൻ എഡ്വേർഡ് സൈദ് 2001 ൽ ഇതിനെ വിശേഷിപ്പിച്ചത് ഇങ്ങനെയായിരുന്നു: "സ്വന്തം ജന്മസ്ഥലവും താമസസ്ഥലവും തമ്മിൽ ഒരു ബന്ധവുമില്ലാത്തപ്പോൾ, സ്കൂളും യൗവനകാലവും തമ്മിൽ ബന്ധമില്ലാത്തപ്പോൾ, എല്ലാ സംഭവങ്ങളും ആകസ്മികങ്ങൾ മാത്രമാകുമ്പോൾ എങ്ങനെയാണ് ഒരു തനതായ ചരിത്രവും പാലസ്തീനിയൻ നരേറ്റീവും രൂപപ്പെടുന്നത്?"

ഈ കാലം പാലസ്തീൻ ജനത നേരിട്ട മാനസികാഘാതം വളരെ വലുതായിരുന്നു. ചരിത്രം വിഷാദപൂർണ്ണമായി മാറിയ കാലം. ഈ ആഘാതത്തിൽ നിന്നും ചരിത്രരാഹിത്യത്തിൽ നിന്നും പാലസ്തീൻ ഓർമ്മകളും ചരിത്രവും വീണ്ടെടുക്കുനത് സിനിമകളാണ്. പാലസ്തീൻ ചരിത്രം കണ്ടെത്തി, ഡോക്യുമെന്റ് ചെയ്ത്, കൃത്യമായ ദിശാബോധം നൽകുന്നത് സിനിമയാണ്. പാലസ്തീൻ ജനത നേരിട്ട ആക്രമണങ്ങൾ, പലായനങ്ങൾ, അഭയാർത്ഥി ക്യാമ്പുകളിലെ അവരുടെ ജീവിതം ഇവയൊക്കെ കൃത്യമായി രേഖപ്പെടുത്തി വിശദമായ പാലസ്തീൻ ചരിത്രം രചിക്കുന്നത് സിനിമകളാണ്. ചരിത്രത്തിൽ അവഗണിക്കപ്പെട്ട ഒരു ജനതയുടെ ജീവിതത്തിന്റെ, അസ്തിത്വത്തിന്റെ വീണ്ടെടുക്കലായിരുന്നു

അത്. പാലസ്തീനിന്റെ ഭൂതകാലത്തിൽ നിന്നും വർത്തമാനത്തിലേക്കും ഭാവിയിലേക്കുമുള്ള തുടർച്ചയായിരുന്നു അവർ സൃഷ്ടിച്ചിരുന്നത്. പീഡിപ്പിക്കപ്പെട്ട ഒരു ജനതയുടെ ചരിത്രരേഖകളായി അത് മാറി. ഒരു പക്ഷേ, ലോകത്തിൽ മറ്റൊരിടത്തും ഇത്തരമൊരു ചരിത്രനിർമ്മിതി സിനിമ ചെയ്തുകാണില്ല. 1960 കളിലേയും 1970 കളിലേയും ചിത്രങ്ങൾ അഭയാർത്ഥി ക്യാമ്പുകളിലായിരുന്നു ചിത്രീകരിക്കപ്പെട്ടത്. സംഘർഷങ്ങളുടേയും ഇസ്രായേലി ആക്രമണങ്ങളുടേയും കഥകൾ രേഖപ്പെടുത്തിയ ഇവ സമകാലീനകാഴ്ചകളുടേ രേഖപ്പെടുത്തലുകളായി മാറി. ഇവയ്ക്കിടയിലൂടെ ഭൂതകാല ഓർമ്മകളും രേഖപ്പെടുത്തപ്പെട്ടപ്പോൾ ജീവിതാവസ്ഥകളുടെ വിരുദ്ധകാഴ്ചകളായി അവ മാറി. ബോംബിട്ട് തകർത്ത വീടുകൾ, അഭയാർത്ഥിക്യാമ്പുകൾ നശിപ്പിച്ച ബോംബാക്രമണങ്ങൾ എന്നിവ സമാധാനപൂർണ്ണമായ ഭൂതകാലവുമായി ചേർത്ത് വെച്ചപ്പോൾ, ചരിത്രനിർമ്മിതിയുടെ പൂർത്തീകരണത്തിലേക്ക് നീങ്ങുകയായിരുന്നു സംവിധായകർ. തേഡ് പിരീയ്ഡ് പാലസ്തീൻ സിനിമ എന്ന് വിളിക്കപ്പെട്ട ഇക്കാലത്ത്, മതപരവും ജാതീയവും, ലിംഗപരവും ആയി എല്ലാ രീതിയിലുമുള്ള വ്യത്യാസം മറന്നു കൊണ്ട് ഒരേയൊരു പാലസ്തീൻ ഓർമ്മയിൽ കേന്ദ്രീകരിക്കപ്പെട്ട്, ജനതയുടെ ചരിത്രം സൃഷ്ടിക്കയായിരുന്നു ചെറുതും വലുതുമായ ചലച്ചിത്രകാരന്മാർ.

1980 കളിൽ 'ഫോർത്ത് പിരീയ്ഡ്' എന്ന് വിളിക്കപ്പെട്ട കാലത്ത്, ഭൂമി ഒരു പാലസ്തീൻ ഐഡന്റിറ്റിയായി മാറുകയായിരുന്നു. പാലസ്തീൻ ദേശീയതയുടേയും സ്വാതന്ത്ര്യത്തിന്റേയും, സ്വയം ഭരണത്തിന്റേയും ഭൂമി നമുക്ക് മിഷേൽ ക്ളിഫിന്റെ ചിത്രങ്ങളിൽ കാണാം.

1990 കളിൽ, ഒന്നാം ഇന്റിഫാദയുടെ ഫലമായുണ്ടായ സാമ്പത്തിക തകർച്ചയും ഗൾഫ് യുദ്ധവും ജനജീവിതം ദുസ്സഹമാക്കി. അതേത്തുടർന്നുണ്ടായ രണ്ടാം ഇന്റിഫാദയും വെസ്റ്റ് ബാങ്കിലെ പട്ടണങ്ങൾ കൈയ്യേറിയ ഇസ്രയേലി ആക്രമണങ്ങളും ഇന്നത്തെ വർത്തമാനകാലജീവിതം കൂടുതലായി രേഖപ്പെടുത്താൻ സംവിധായകരെ നിർബ്ബന്ധിതരാക്കി. പല കാലങ്ങളായി നടന്ന ചരിത്രനിർമ്മിതി കാരണമാണ് അക്കാലഘട്ടങ്ങളിൽ കൂടുതലായി ഡോക്യുമെന്ററികൾ പാലസ്തീനിൽ നിർമ്മിക്കപ്പെട്ടത്. പാലസ്തീനിൽ ഇസ്രയേൽ നടത്തിക്കൊണ്ടിരിക്കുന്ന കയ്യേറ്റങ്ങളും, മനുഷ്യാവകാശ ലംഘനങ്ങളും, മർദ്ദനങ്ങളുമൊക്കെ ചിത്രീകരിക്കപ്പെട്ടവയാണിവ. അതുകൊണ്ടുതന്നെയാണ്അവ നശിപ്പിക്കാനുള്ള ശ്രമങ്ങൾ ഇസ്രയേലിന്റെ ഭാഗത്തുനിന്നുമുണ്ടായത്. എത്ര തന്നെ നശിപ്പിച്ചാലും ഓർമ്മകളിൽ നിന്നും വീണ്ടെടുക്കപ്പെട്ട് ഇവ വീണ്ടും സൃഷ്ടിക്കപ്പെടുന്നു. ഇവയുടെ കാഴ്ചകളാണ് ഇസ്രയേലി അതിക്രമങ്ങളെ

നേരിടാൻ പാലസ്തീൻ ജനതയ്ക്ക് ഊർജ്ജവും ആത്മവിശ്വാസവും നൽകിക്കൊണ്ടിരിക്കുന്നത്. അങ്ങനെ ചരിത്രം നിർമ്മിക്കുക എന്നതു മാത്രമല്ല, പോരാട്ടങ്ങൾക്ക് കരുത്ത് പകരുക എന്ന ദൗത്യം കൂടെ പാലസ്തീൻ സിനിമകൾ പ്രത്യേകിച്ച് ഡോക്യുമെന്ററികൾ ചെയ്യുന്നു എന്നത് സവിശേഷമായ ഒരു കാര്യമായി നാം തിരിച്ചറിയുന്നു.

പാലസ്തീൻ ചലച്ചിത്രചരിത്രം

സ്വന്തം ദേശീയത തിരിച്ചുപിടിക്കാനും, അതുവഴി പാലസ്തീൻ വ്യക്തിത്വം കാത്തുസൂക്ഷിക്കാനുമുള്ള വഴിയായി പാലസ്തീനിലെ ജനങ്ങൾ സാഹിത്യ-കലാപ്രവർത്തനങ്ങളെ ആശ്രയിച്ചുകൊണ്ടിരിക്കയാണ്. അതോടൊപ്പം തങ്ങളുടെ നിസ്സഹായ അവസ്ഥയും, തങ്ങൾ നടത്തിക്കൊണ്ടിരിക്കുന്ന പോരാട്ടങ്ങളുടെ വിശദാംശങ്ങളും ലോകമനസ്സാക്ഷിക്കു മുമ്പിൽ എത്തിക്കാനുമുള്ള ഒരു മാദ്ധ്യമമായും അവർ ഇതിനെ കാണുന്നു. പാലസ്തീനിൽ ആദ്യമായി ചലനചിത്രം ഷൂട്ട് ചെയ്തത്, സിനിമ കണ്ടെത്തിയ ലൂമിയർ സഹോദരന്മാരുടെ ക്യാമറാമാനാണ്. 1896ൽ ആണ് ലൂമിയർ സഹോദരർ തങ്ങളുടെ ക്യാമറാമാനെ പാലസ്തീനിലേക്ക് അയക്കുന്നത്. 2007ൽ പാരീസിലെ ലോബ്സ്റ്റർ സിനിമാകമ്പനിയാണ് അക്കാലത്ത് നിർമ്മിച്ച സിനിമയുടെ റീലുകൾ കണ്ടെത്തിയത്. പിന്നീട്, 1935 ൽ ജറുസലേം സന്ദർശിക്കാനെത്തിയ സൗദ് രാജകുമാരന്റേയും സംഘത്തിന്റെയും യാത്ര, ഇബ്രാഹിം ഹസ്സൻ സിർഹാൻ 20 മിനുട്ട് ദൈർഘ്യമുള്ള ഡോക്യുമെന്ററിയായി ചിത്രീകരിച്ചു. അവിടുന്നിങ്ങോട്ടുള്ള പാലസ്തീൻ സിനിമയുടെ വളർച്ച അത്ഭുതാവഹമായിരുന്നു. മറ്റേതൊരു രാജ്യത്തേയും ചലച്ചിത്രകാരന്മാർ നേരിട്ടിട്ടില്ലാത്ത അനുഭവങ്ങളിലൂടെ ആയിരുന്നല്ലോ പാലസ്തീനിലെ ചലച്ചിത്രകാരന്മാർ കടന്നുപോയ്ക്കൊണ്ടിരുന്നത്. പൂർണ്ണമായ അർത്ഥത്തിൽ ദേശീയത ഇല്ലാതിരുന്ന ജനത, അതിനായുള്ള പോരാട്ടത്തിൽ അണിചേർന്നപ്പോൾ, അതിന്റെ ആവശ്യകത ചലച്ചിത്രകാരന്മാർ തങ്ങളുടെ ചിത്രങ്ങൾ വഴി ആവിഷ്കരിക്കയായിരുന്നു. വിവിധ രാജ്യങ്ങളിലെ അഭയാർത്ഥിക്യാമ്പുകളിൽ കഴിഞ്ഞിരുന്ന പാലസ്തീൻകാർ എല്ലാം നഷ്ടപ്പെട്ടവരായിരുന്നു. ജനങ്ങൾക്ക് നഷ്ടപ്പെട്ട വാസസ്ഥലം, സംസ്കാരം ഇവ സിനിമകളിൽ പ്രത്യക്ഷമായും പരോക്ഷമായും ചിത്രീകരിക്കപ്പെട്ടു. 1973ൽ ചലച്ചിത്രകാരൻ മുസ്തഫ അബു അലിയുടെ പാലസ്തീൻ ഫിലിം ഗ്രൂപ്പ് പുറത്തിറക്കിയ മാനിഫെസ്റ്റോയിൽ അവരുടെ ലക്ഷ്യങ്ങൾ വ്യക്തമാക്കിയിരുന്നു: "പാലസ്തീൻ ജനതയുടെ ഇന്നത്തെ അവസ്ഥയുടെ യഥാർത്ഥകാരണങ്ങൾ കണ്ടെത്തുക, പാലസ്തീൻ പോരാട്ടത്തിന്റെ വിവിധഘട്ടങ്ങൾ ചർച്ചചെയ്യുക

• മുസ്തഫ അബു അലി

എന്നിവയാണ് ചലച്ചിത്രകാരന്മാരുടെ മുമ്പിലെ പ്രധാന ലക്ഷ്യം." ഇതു വഴി പാലസ്തീൻ വിപ്ളവത്തിന്റെ ഒരു പ്രധാന കണ്ണിയായി ചലച്ചിത്ര കാരന്മാർ മാറുകയായിരുന്നു. ഇതിനായി പുതിയ ആവിഷ്കരണരീതികളും പ്രമേയങ്ങളും അവർ കണ്ടെത്തുവാൻ തുടങ്ങി. സ്വന്തം ജനതയോടുള്ള ചലച്ചിത്രകാരന്മാരുടെ ഐക്യദാർഢ്യത്തിന്റെ ശക്തമായ അടയാള മായി ഇത് തിരിച്ചറിയപ്പെടേണ്ടതാണ്.

1970 കൾക്ക് ശേഷം പാലസ്തീൻ സിനിമയിൽ രൂപപ്പെട്ട cinema in exile ന്റെ ഘട്ടത്തിൽ ജോർഡാനിലും ലെബനോണിലും ആരംഭിച്ച പാലസ്തീൻ ചലച്ചിത്ര കൂട്ടായ്മ ആ മേഖലയിലെ ശക്തമായ ഒരു ചലച്ചി ത്രസംഘടനയ്ക്കാണ് രൂപം കൊടുത്തത്. പാലസ്തീൻ ജനതയുടെ ഭൂതകാലം നാടൻ കലാരൂപങ്ങൾ, ആചാരങ്ങൾ എന്നിവ വഴിയും, വർത്തമാനകാലജീവിതം സമകാലീന സംഘർഷങ്ങൾ വഴിയും ആവിഷ്കരിച്ച ആ ചിത്രങ്ങൾ പുതിയൊരു പാലസ്തീന്റെ നിർമ്മിതിക്കായി ആഹ്വാനം ചെയ്യുന്നു. പ്രാദേശിക വ്യത്യാസങ്ങൾ അവഗണിച്ച്, ഒരു പൊതുഭൂമിക സൃഷ്ടിക്കുന്നതിൽ ചലച്ചിത്രകാരന്മാർ ഏറെ വിജയിച്ചി ട്ടുണ്ട്. ലോകത്തിലൊരിടത്തും ഇത്തരത്തിലുള്ള ഒരു ചലച്ചിത്രകൂട്ടായ്മ നമുക്ക് കണ്ടെത്താൻ കഴിയില്ല. നഷ്ടപ്പെട്ട ജീവിതത്തിലെ നല്ല കാലം ആവിഷ്കരിച്ച് കൊണ്ട്, അത് തിരിച്ചുപിടിക്കാനുള്ള പോരാട്ടത്തിനായി അവർ ആഹ്വാനം ചെയ്തു. പ്രസിദ്ധ പാലസ്തീൻ സംവിധായകൻ എലിയ സുലൈമാൻ സൂചിപ്പിക്കുന്നത് പോലെ, "നഷ്ടപ്പെട്ടതുമായി ബന്ധം സ്ഥാപിക്കുക വളരെ എളുപ്പമാണ്". അതുവഴി അവയൊക്കെ തിരിച്ചുപിടിക്കാനുള്ള ശ്രമങ്ങളായിരുന്നു പാലസ്തീൻ ചലച്ചിത്രകാരന്മാർ അക്കാലത്ത് ചെയ്തുകൊണ്ടിരുന്നത്.

പാലസ്തീൻ സിനിമയുടെ ചരിത്രം പ്രധാനമായും നാല് വിഭിന്ന ഘട്ടങ്ങളിലായി ചലച്ചിത്രചരിത്രകാരന്മാർ വേർതിരിക്കാറുണ്ട്. ഒന്നാം ഘട്ടമായി കരുതുന്ന 1948 വരെയുള്ള കാലത്ത് നിർമ്മിച്ച ചിത്രങ്ങളൊന്നും നമുക്ക് ലഭ്യമല്ലെങ്കിലും അവയെക്കുറിച്ചുള്ള വാർത്തകളും മറ്റ് രേഖകളും കണ്ടെത്തിയിട്ടുണ്ട്. പാലസ്തീൻ സിനിമയുടെ തുടക്കം കുറിച്ച സിർഹാനും ഛായാഗ്രാഹകനായ ജമാൽ-അൽ-അസ്സറും ചേർന്നാണ് ആദ്യത്തെ സ്റ്റുഡിയോ സ്ഥാപിച്ചത്. 1948 ലെ വിപ്ളവത്തിൽ സിർഹാനും കൂട്ടരും മറ്റ് രാജ്യങ്ങളിലെ അഭയാർത്ഥികളായി മാറി. 1930 കളിൽ പാലസ്തീനിൽ സിനിമ തിയേറ്ററുകൾ ഉണ്ടായിരുന്നെങ്കിലും പട്ടണങ്ങളിലെ കുറച്ചുപേർ മാത്രമേ വിദേശചിത്രങ്ങൾ പ്രദർശിപ്പിച്ചിരുന്ന ആ തിയ്യേറ്ററുകളിൽ പോയിരുന്നുള്ളൂ.

'നിശ്ശബ്ദതയുടെ കാലം' എന്നറിയപ്പെട്ട 1948-1967 കാലഘട്ടത്തിൽ നിർമ്മിക്കപ്പെട്ട പാലസ്തീൻ ചിത്രങ്ങളുടെ എണ്ണം വളരെ കുറവായിരുന്നു. 1948ൽ നടന്ന ഇസ്രയേൽ അതിക്രമങ്ങളിൽ നിന്നും രക്ഷപ്പെട്ട് പാലസ്തീനികൾ പല രാജ്യങ്ങളിലും അഭയാർത്ഥികളായി കഴിയുകയായിരുന്നു. ചിന്നിച്ചിതറിയ പാലസ്തീൻ ജനത സ്വന്തം സ്വത്വം തിരിച്ചറിഞ്ഞ് അതിനായി പോരാടാൻ തുടങ്ങി. അക്കാലത്ത് ചിത്രങ്ങൾ നിർമ്മിക്കപ്പെട്ടിരുന്നത് അടുത്തുള്ള അറബ് രാജ്യങ്ങളിൽവെച്ചായിരുന്നു. ഇബ്രാഹിം ഹസ്സൻ സിർഹാൻ 1957 ൽ ജോർഡാനിൽ നിർമ്മിച്ച 'ദി സ്ട്രഗിൾ ഇൻ ജെറാഷ്'' (The struggle in Jerash) ആയിരുന്നു ആദ്യ ചിത്രം. 1964ൽ മറ്റൊരു പാലസ്തീൻ സംവിധായകൻ അബ്ദുള്ള കവാഷ്(Abdulla Kawash) ജോർഡാനിൽ സംവിധാനം ചെയ്ത 'മൈ ഹോംലാന്റ്, മൈ ലൗ' (My homeland, My love) മറ്റൊരു ശ്രദ്ധേയ രചന ആയിരുന്നു. മറ്റ് പ്രധാന ചിത്രങ്ങളൊന്നും ഇക്കാലത്ത് നിർമ്മിക്കപ്പെട്ടില്ല. 1967ൽ Sulfa Jadal-lah Mirsal തന്റെ അടുക്കള ഒരു ക്യാമറമുറിയാക്കി അവിടെ വെച്ച് ഡോക്യുമെന്ററികൾ നിർമ്മിക്കാൻ തുടങ്ങി. 'സേ നോ ടു പീസ്ഫുൾ സോല്യൂഷൻ' (Say No to peaceful Solution) എന്ന ഡോക്യുമെന്ററി പാലസ്തീൻ പ്രശ്നം പരിഹരിക്കാൻ അമേരിക്ക നിർദ്ദേശിച്ച ഉടമ്പടിക്കെതിരെ പാലസ്തീനികൾ നടത്തിയ പ്രകടനത്തിന്റെ ചിത്രീകരണമായിരുന്നു. 1967 ൽ പാലസ്തീൻ നേരിട്ട തിരിച്ചടി പതുക്കെ മാറുവാൻ തുടങ്ങി. പി.എൽ.ഓ. നേതാവ് യാസ്സർ അറഫാത്ത് ഉൾപ്പടെയുള്ള നേതാക്കൾ ജോർഡാൻ കേന്ദ്രീകരിച്ച് സജീവമായ പ്രവർത്തനങ്ങൾ ആരംഭിച്ചു.

പാലസ്തീൻ സിനിമയുടെ മൂന്നാം ഘട്ടമായ 1968 മുതൽ 1982 വരെയുള്ള കാലത്ത് നിരവധി ചിത്രങ്ങൾ നിർമ്മിക്കപ്പെട്ടു. അറുപതിലേറെ ഡോക്യുമെന്ററികൾ പുറത്തുവന്നു. പ്രധാനപ്പെട്ട ഡോക്യുമെന്ററികളിൽ 'സീൻസ് ഫ്രംസ് ഒക്കുപ്പേഷൻ ഇൻ ഗാസ' (Scenes from occupation in Gaza, 1975), ദി റോഡ് (The Road, 1973), 'ദി വേർഡ് റൈഫിൾ' (The Word Rifle, 1973), 'ഔവർ സ്മോൾ ഹൗസ്' (Our Small Houses, 1974), 'യൂത്ത് ക്യാമ്പസ്' (Youth Camps, 1972), 'ഫയർ ആന്റ് മെമ്മറീസ്' (Fir and Memories, 1973), 'അർജന്റ് അപ്പീൽ' (Urgent Appeal, 1973), 'ഓൺ ദി റോഡ് ടു പാലസ്തീൻ' (On the Road to Palestine, 1974) എന്നിവ ഉൾപ്പെടുന്നു. 'പാലസ്തീൻ വിപ്ളവസിനിമ ' എന്ന വിഭാഗത്തിൽപ്പെടുന്ന ഈ ഡോക്യുമെന്ററികൾ പാലസ്തീൻ ജനതയ്ക്ക് സ്വന്തം അസ്തിത്വം തിരിച്ചുപിടിക്കാനുള്ള പോരാട്ടത്തിന് ഊർജ്ജം പകരുന്നവയാണ്. എന്നാൽ ഒരു ഫീച്ചർ ഫിലിം മാത്രമേ ഇക്കാലത്ത് നിർമ്മിക്കപ്പെട്ടുള്ളൂ.കാസിം ഹാവൽ (Kassim Hawal) 1982 ൽ സംവിധാനം ചെയ്ത 'ദി റിട്ടേൺ ഓഫ് ഹൈഫാ' (The Return of Haifa) ആയിരുന്നു അത്. ഡോക്യുമെന്ററികളുടെ ബാഹുല്യം, പാലസ്തീൻ പോരാട്ടത്തിൽ ചലച്ചിത്രകാരന്മാരുടെ ആത്മാർത്ഥമായ ഇടപെടലുകൾ ആണ സൂചിപ്പിക്കുന്നത്. അതുകൊണ്ടുതന്നെയാണ് പാലസ്തീൻ സിനിമ ' പലപ്പോഴും 'പാലസ്തീൻ വിപ്ളവത്തിന്റെ സിനിമ ' എന്നാണ് പരാമർശിക്കപ്പെടാറുള്ളത്. 1982 മുതൽ ആരംഭിക്കുന്ന നാലാം ഘട്ടത്തിലാണ് സമകാലീന പാലസ്തീൻ ചലച്ചിത്രരംഗം ഉൾപ്പെടുന്നത്. ഈ കാലത്ത് പാലസ്തീൻ പോരാട്ടം ശക്തിയാർജ്ജിക്കുന്നതായാണ് നാം കാണുന്നത്. അനുരഞ്ജനശ്രമങ്ങൾ പരാജയപ്പെടുകയും ഇസ്രയേലിന്റെ സാമ്പത്തികനില മോശമാവുകയും ചെയ്ത സാഹചര്യത്തിൽ പാലസ്തീൻ യുവതലമുറ തങ്ങളുടെ തിരിച്ചടി ശക്തമാക്കുകയായിരുന്നു. 1987 ഡിസംബറിൽ ആരംഭിച്ച Intifaada (shaking off) എന്ന പ്രസ്ഥാനമായിരുന്നു അതിൽ പ്രധാനമായും പങ്കെടുത്തത്. ഈ കാലത്ത് നിരവധി ഫീച്ചർ ഫിലിമുകളും ഡോക്യുമെന്ററികളും നിർമ്മിക്കപ്പെട്ടു. ആ ചലച്ചിത്രകാരന്മാരിൽ പലരും ഇപ്പോഴും ചലച്ചിത്രനിർമ്മാണരംഗത്ത് സജീവമായി ഇടപെടുന്നുണ്ട്. അവരിൽ പ്രധാനപ്പെട്ടവരായ ഏലിയ സുലൈമാൻ, ആൻമേരി ജസീർ, റഷിദ് മഷറാവി, ഹനി അബു അസ്സാദ്, മിഷേൽ ക്ളൈഫി എന്നിവരുടെ സംഭാവനകൾ ആണ് ഇവിടെ പരിശോധിക്കുന്നത്.

പാലസ്തീൻ പോരാട്ടങ്ങൾക്ക് ചലച്ചിത്രങ്ങളുമായുള്ള ബന്ധം ഇപ്പോഴും തുടരുന്നുണ്ട്. പാലസ്തീൻ പോരാട്ടങ്ങളുടെ പാതയാണ്

പിന്നീട് വിയറ്റ്നാം, ക്യൂബ, അംഗോള, തുടങ്ങിയ രാജ്യങ്ങളും പിന്തുടർന്നിരുന്നത് എന്നത് അതിന്റെ ചരിത്രപ്രാധാന്യം സൂചിപ്പിക്കുന്നു. ഇപ്പോഴും പാലസ്തീൻ പോരാട്ടങ്ങൾ ആവിഷ്കരിക്കുന്ന ചിത്രങ്ങൾ ലോകസിനിമാരംഗത്ത് നിർമിക്കപ്പെടുന്നുണ്ട്. ഇതിന് നല്ലൊരു ഉദാഹരണമാണ് റായിദ് അന്തോണി (Raed Andoni) യുടെ 'ഗോസ്റ്റ് ഹണ്ടിംഗ്' (Ghost Hunting, 2017).

2
ഏലിയ സുലൈമാൻ - ലോകപ്രസിദ്ധനായ പാലസ്തീൻ സംവിധായകൻ

പാലസ്തീൻ സിനിമയിലെ ഏറ്റവും പ്രശസ്തനായ സംവിധായകൻ ഏലിയ സുലൈമാൻ (Elia Suleiman) ചെറുപ്പം മുതൽ ഇസ്രായേലി പട്ടാളത്തിന്റെ പീഡനങ്ങൾക്കിരയായിരുന്നു. അവയിൽ നിന്ന് ഒഴിവാകാൻ ലണ്ടനിലേക്ക് പോയ അദ്ദേഹം അവിടെ ഹോട്ടലുകളിലും ബാറുകളിലും ജോലി ചെയ്താണ് ജീവിതം മുമ്പോട്ട് കൊണ്ടുപോയത്. ലണ്ടനിൽ നിന്നും ഫ്രാൻസിലെത്തിയ ശേഷമാണ് സുലൈമാൻ സിനിമയുമായി ബന്ധപ്പെടുന്നത്. പിന്നീട് നാട്ടിൽ തിരിച്ചെത്തി ചില ഷോർട്ട് ഫിലിമുകൾ നിർമ്മിച്ചെങ്കിലും അവയൊന്നും കാര്യമായി ശ്രദ്ധിക്കപ്പെട്ടില്ല. രണ്ട് വർഷങ്ങൾക്ക് ശേഷം ന്യൂയോർക്കിലെത്തിയ അദേഹം സിനിമയെ ഗൗരവത്തോടെ സമീപിക്കാൻ തുടങ്ങി. അതിന്റെ ആദ്യപടിയെന്ന നിലയിൽ പാലസ്തീൻ ജനത എങ്ങനെയാണ് പാശ്ചാത്യ-ഇസ്രായേലി മാധ്യമങ്ങളിൽ ചിത്രീകരിക്കപ്പെടുന്നതെന്ന് വിശദമായി അദ്ദേഹം പഠിച്ചു.

1990 ൽ ഏലിയ സുലൈമാന്റെ ആദ്യചിത്രം'ഇൻട്രൊഡക്ഷൻ ടു ദി എൻഡ് ഓഫ് ആൻ ആർഗ്യുമെന്റ്" (Introduction to the end of an argument) ആ വർഷത്തെ അറ്റ്ലാന്റാ അന്താരാഷ്ട്ര ചലച്ചിത്രോൽസവത്തിൽ ഏറ്റവും നല്ല പരീക്ഷണ ചിത്രത്തിനുള്ള പുരസ്കാരം നേടി. 1991 ൽ 'Homage by Assassination' എന്ന ഷോർട്ട്ഫിലിമിനു

• ഏലിയ സുലൈമാൻ

ശേഷം നിർമ്മിച്ച രണ്ട് ചിത്രങ്ങൾ 'ക്രോണിക്കിൾ ഓഫ് ഡിസപ്പിയറൻസ്' (Chronicle of Dissappearence, 1996), 'ഡിവൈൻ ഇന്റർവെൻഷൻ' (Divine Intervention, 2002) എന്നിവ ലോകസിനിമയിൽ ഏറെ ശ്രദ്ധിക്കപ്പെട്ടു. എന്നാൽ ഇസ്രായേലി ഫണ്ട് ഓഫ് ക്വാളിറ്റി ഫിലിംസ് (Isreali Fund of Quality Films) ഉപയോഗിച്ച് നിർമ്മിച്ചതു കാരണം ആദ്യചിത്രം അറബ് സമൂഹം ഒന്നാകെ ബഹിഷ്കരിച്ചെങ്കിലും 'ഡിവൈൻ ഇന്റർവെൻഷൻ' പാലസ്തീൻ - അറബ് പ്രേക്ഷകർ ഹൃദയത്തോട് ചേർത്തുവെച്ചു. 2002 ലെ കാൻ ചലച്ചിത്രോൽസവത്തിൽ Judge's choice പുരസ്കാരം നേടിയ ഈ ചിത്രം ഏലിയ സുലൈമാന്റെ ചലച്ചിത്രജീവിതത്തിൽ നിർണ്ണായകമാണ്. പാലസ്തീനിൽ നിന്നും ആദ്യമായി കാൻ ചലച്ചിത്രോൽസവത്തിലെ മൽസരവിഭാഗത്തിലേക്ക് തെരഞ്ഞെടുത്ത ചിത്രമെന്ന നിലയിൽ അത് ലോകശ്രദ്ധ നേടി. 2005 ൽ നിർമ്മിച്ച 'ഇൻട്രൊഡക്ഷൻ ടു ദി എൻഡ് ഓഫ് ആൻ ആർഗ്യുമെന്റ്' എന്ന ഡോക്യുമെന്ററിക്ക് ശേഷം 2009 ൽ സംവിധാനം ചെയ്ത 'ദി ടൈം ദാറ്റ് റിമെയ്ൻസ്' (The time that remains, 2009) നിരവധി അന്താരാഷ്ട്ര പുരസ്കാരങ്ങൾ നേടി. തുടർന്ന് 2012 ലെ കോമഡി 'സെവൻ ഡേ ഇൻ ഹവാന' (Seven Days in Havana) ആ വർഷത്തെ കാൻചലച്ചിത്രോൽസവത്തിൽ പുരസ്കാരം നേടിക്കൊടുത്തു.

ലോക ചലച്ചിത്രമേഖലയിൽ ഏറ്റവും ശ്രദ്ധേയനായ പാലസ്തീൻ സംവിധായകനായി അറിയപ്പെടുന്ന എലിയ സുലൈമാൻ മറ്റ് പാലസ്തീൻ സംവിധായകരിൽ നിന്നും വേറിട്ട് നിൽക്കുന്നു. നഷ്ടപ്പെട്ട തന്റെ രാജ്യത്തെ വൈകാരികതയുടെ അതിശയോക്തിയില്ലാതെ, തികച്ചും യാഥാർത്ഥ്യ ബോധത്തോടെ അദ്ദേഹം സമീപിക്കുന്നു. തന്റെ ചിത്രത്തിലെ പരസ്പര ബന്ധമില്ലാത്ത ദൃശ്യങ്ങൾ വഴി, ഛിന്നഭിന്നമായി കിടക്കുന്ന പാലസ്തീൻ ജനതയുടെ അസ്തിത്വം വരച്ചുകാട്ടുകയാണ്

അദ്ദേഹം. ദേശീയതെക്കുറിച്ച് തികച്ചും വ്യത്യസ്തമായ തന്റെ അഭിപ്രായം ഇങ്ങനെ രേഖപ്പെടുത്തുന്നു എലിയ സുലൈമാൻ : "ദേശീയത പുന: സൃഷ്ടിക്കാനുള്ള മാധ്യമമല്ല സിനിമ. എന്റെ മാതൃരാജ്യം ഓർമ്മകൾ മാത്രമാണ്. ഈ ഓർമ്മകളിലൂടെയുള്ള സഞ്ചാരമാണ് എന്റെ സിനിമകൾ''.

സമകാലീന ലോകസിനിമയിൽ പാലസ്തീൻ ചിത്രങ്ങൾക്ക് നിർണ്ണായക സ്ഥാനമുണ്ടെന്ന് 2019 ലെ കാൻ ചലച്ചിത്രമേള തെളിയിച്ചു കഴിഞ്ഞു. മേളയിൽ മൽസരവിഭാഗത്തിൽ പങ്കെടുത്ത്, ഫിപ്രസി പുരസ്കാരവും പ്രത്യേക പരാമർശവും നേടിയ പാലസ്തീൻ ചിത്രം 'ഇറ്റ് മസ്റ്റ് ബി ഹെവൻ' (It Must be Heaven, 2019) സംവിധാനം ചെയ്തത് ഏലിയ സുലൈമാനാണ്. നഷ്ടപ്പെട്ട പാലസ്തീൻ സ്വത്വം തിരിച്ചുപിടിക്കാനായി, മുൻകാല ഓർമ്മകളിൽ നിന്നും സമകാലീന സംഭവങ്ങളിൽ നിന്നും ഊർജ്ജം സ്വീകരിച്ചുകൊണ്ട് ചലച്ചിത്രപ്രവർത്തനം നടത്തിക്കൊണ്ടിരിക്കുന്ന അദ്ദേഹം, തന്റെ മറ്റ് ചിത്രങ്ങളിൽ നിന്നും തികച്ചും വ്യത്യസ്തമായ സമീപനമാണ് 'ഇറ്റ് മസ്റ്റ് ബി ഹെവനി' ൽ സ്വീകരിച്ചിരിക്കുന്നത്. ഹാസ്യത്തിന്റെ ഉപരിതലകാഴ്ചകളോടെ നസ്രേത്തിൽ നിന്നു പാരീസിലേക്കും അവിടെ നിന്ന് അമേരിക്കയിലേക്കും നടത്തുന്ന യാത്രകൾ, തന്റെ ദേശത്തിന്റെ ഭാവിയെക്കുറിച്ചുള്ള അന്വേഷണങ്ങളായാണ് നാം തിരിച്ചറിയുന്നത്. മുൻ ചിത്രങ്ങളിൽ, സ്വന്തം നാടിന്റെ ദുരിതപൂർണ്ണമായ അവസ്ഥ ലോകത്തെ അറിയിക്കാൻ ശ്രമിച്ച സുലൈമാൻ, ഇത്തവണ പാലസ്തീനിലെ സംഘർഷങ്ങളുടെ ഒരു വലിയ പതിപ്പായി ലോകകാഴ്ചകളെ കാണുകയാണ്. നസ്രേത്ത്, പാരീസ്, ന്യൂയോർക്ക്, മോൺട്രിയാൽ എന്നിവിടങ്ങളിൽ വ്യാപിച്ചുകിടക്കുന്ന പാലസ്തീൻ അവസ്ഥയുടെ ചിത്രീകരണമാണ് 'ഇറ്റ് മസ്റ്റ് ബി ഹെവൻ'. ഈ ചിത്രം

• ഇറ്റ് മസ്റ്റ് ബി ഹെവൻ'

2019 ലെ തിരുവനന്തപുരം അന്താരാഷ്ട്ര ചലച്ചിത്രോൽസവത്തിൽ പ്രദർശിപ്പിച്ചിരുന്നു.

ചിത്രത്തിൽ, ചലച്ചിത്രനിർമ്മാണത്തിനായി സ്വസ്ഥമായ ഒരിടം തേടിപ്പോകുന്ന സംവിധായകനായി സുലൈമാൻ മാറുന്നു. തന്റെ ജനത കാലങ്ങളായി അനുഭവിച്ചുകൊണ്ടിരിക്കുന്ന പട്ടാള അതിക്രമങ്ങളും സംഘർഷങ്ങളും ലോകം മുഴുവൻ കാണുന്നു അയാൾ. പരസ്പരം സംശയത്തോടെ നോക്കുന്നവർ, നിരന്തരമായ പട്ടാളപരിശോധനകൾ, ജയിലുകൾ, ലോകം മറ്റൊരു പാലസ്തീനായി മാറുന്നു!

ചിത്രം ആരംഭിക്കുന്ന നസ്രേത്തിൽ, പള്ളിവികാരി നയിക്കുന്ന ഈസ്റ്റർ ഘോഷയാത്ര ചെന്നു നിൽക്കുന്നത് പൂട്ടിക്കിടക്കുന്ന ഇരുമ്പു വാതിൽക്കലാണ്. വികാരിയുടെ ആജ്ഞയിൽ തുറക്കാവുന്ന വാതിലിനരികെ, സഹായി മദ്യപിച്ച് വീണുകിടക്കുന്നു. അയാളെ ശിക്ഷിക്കാനായി അപ്രത്യക്ഷനാകുന്നു വികാരി.

ജോലി നഷ്ടപ്പെട്ട സഹായി, വസ്തുങ്ങളും വീൽചെയറും മറ്റുള്ളവർക്ക് കൊടുത്ത് സ്വതന്ത്രനായി നടക്കുന്നു. സ്ത്രീ സാന്നിദ്ധ്യം ഒരു ജോഡി കാലടികളിൽ മാത്രം ഒതുങ്ങുന്നു. ഗുണ്ടകളും പോലീസും കീഴടക്കുന്ന തെരുവുകൾ. സുലൈമാനെ തടഞ്ഞു നിർത്തുന്ന പോലീസ്. പോലീസ് വണ്ടിയിയുടെ പിൻസീറ്റിൽ കണ്ണുകെട്ടിയ അവസ്ഥയിൽ ഇരിക്കുന്ന പെൺകുട്ടി. അധികാരത്തിന്റേയും അക്രമത്തിന്റേയും സാന്നിദ്ധ്യമുള്ള തെരുവുകൾ. ഇത് പാലസ്തീൻ തന്നെയോ എന്ന് സുലൈമാൻ സംശയിക്കുന്നതിൽ ഒട്ടും അത്ഭുതമില്ല. തന്റെ സിനിമാ നിർമ്മാണവുമായി സുലൈമാൻ പാരീസിലെത്തുന്നു. ജനലിനു പുറത്ത്, നിർത്തിയിട്ടിരിക്കുന്ന കാർ പരിശോധിക്കുന്ന മൂന്ന് പോലീസുകാർ.

അടുത്ത നാൾ പാരീസ് നഗരം ശൂന്യമാണ്. നോത്തർദാം പള്ളിയും ആകാശത്തിലൂടെ പോകുന്ന വിമാനങ്ങളും മാത്രം. തെരുവുകളിൽ ടാങ്കുകൾ കാണാം. കാണാനാളില്ലെങ്കിലും പട്ടാളം പരേഡ് നടക്കുന്നു. തെരുവിൽ ജപ്പാനിൽ നിന്നുള്ള രണ്ട് ടൂറിസ്റ്റുകൾ മാത്രം. അടുത്ത നഗരത്തിലേക്ക് അയാൾ വിമാനം കയറുന്നു. സുലൈമാനെ, ഒരു നിർമ്മാതാവിനെ പരിചയപ്പെടുത്തികൊടുക്കുന്ന നടൻ. 'അത് മിഡിൽ ഈസ്റ്റിലെ സമാധാനത്തേക്കുറിച്ചുള്ള കോമഡി മാത്രമാണെന്നു പറയുന്ന നടനോട് നിർമ്മാതാവ് മറുപടി പറയുന്നു : "അതു തമാശതന്നെയാണ്". ആളുകൾ സൂപ്പർ മാർക്കെറ്റിൽ വെച്ച് ആധുനിക ആയുധങ്ങൾ പായ്ക്ക് ചെയ്യുന്നു. മാലാഖ ചിറകും പാലസ്തീൻ പതാക കൊണ്ടുള്ള വേഷവുമിട്ട പെൺകുട്ടിയുടെ പിന്നാലെ പോകുന്ന പട്ടാളക്കാർ.

ചിത്രത്തിന്റെ അന്ത്യത്തിൽ നസ്രേത്തിൽ തിരിച്ചെത്തുന്ന സുലൈമാൻ, അവിടെ ബാറിൽ മേശക്കരികിൽ ഇരിക്കുമ്പോൾ, പാലസ്തീൻ പാട്ടിനൊപ്പം നൃത്തം ചെയ്യുന്ന ചെറുപ്പക്കാരെ കാണുന്നു. തന്റെ രാജ്യത്തിന്റെ ഭാവി ലക്ഷ്യമില്ലാതെയാണോ മുമ്പോട്ട് പോകുന്ന തെന്ന് ആശങ്കപ്പെടുന്ന സുലൈമാൻ. സ്വന്തം നാടിന്റെ സംഘർഷഭരി തവും ദുരിതപൂർണ്ണമായ ഭൂതകാലവും വർത്തമാനവും, തികച്ചും വ്യത്യസ്ത രീതികളിൽ ആവിഷ്കരിക്കുന്ന ചിത്രം, 'ഇറ്റ് മസ്റ്റ് ബി ഹെവൻ' പാലസ്തീൻ സിനിമയിൽ തികച്ചും നൂതനമായ ഒരു കാഴ്ചാനുഭവം തന്നെയാണ്.

ഏലിയാ സുലൈമാനുമായി അഭിമുഖം :-

ചോ: എങ്ങനെയാണ് ആദ്യമായി സിനിമയിലേക്ക് വരുന്നത്?

ഉ: ഞാൻ പിൻവാതിലിലൂടെയാണ് സിനിമയിലേക്ക് വരുന്നത്. എനിക്ക് ധാരാളം തെറ്റിദ്ധാരണാകളുണ്ടായിരുന്നു. സിനിമയിൽ ഒരു മുൻപരിചയവുമില്ലായിരുന്നു. സിനിമ എന്താണെന്ന് അറിയി ല്ലായിരുന്നു. ഒരു ഹോംവർക്ക് ചെയ്യുന്നത് പോലെയായിരുന്നു അത്. കുട്ടിയായിരുന്നപ്പോൾ സാധാരണ കൊമേഴ്സ്യൽ സിനിമ കാണാറുണ്ടായിരുന്നു. എനിക്ക് തോന്നുന്നത്, പാലസ്തീനിയൻ എന്ന രീതിയിൽ വികലമായി ചിത്രീകരിക്കപ്പെട്ടവയയായിരുന്നു അവ എന്നാണ്. അതുകൊണ്ട് ഒരു പുതിയ നരേറ്റീവ് ഉണ്ടാക്കു ന്നതിലായിരുന്നു എന്റെ ശ്രദ്ധ. മറ്റ് സംവിധായകർ, പാലസ്തീൻ വിഷയത്തിൽ തൽപ്പരരായിരുന്നെങ്കിലും, ഒരേപോലെയുള്ള ചിത്രീകരണ രീതികൾ അവരുടെ ചിത്രങ്ങളെ എന്നിൽ നിന്നും അകറ്റി നിർത്തി. ശരിക്കും സഹതാപം ഉള്ളവർ വംശീയതയുടെ വക്താക്കൾ ആയിരുന്നു. അപ്പോഴാണ്, ഇത്തരം വിമർശനങ്ങൾ ഉന്നയിക്കാനുള്ള പദസമ്പത്ത് എനിക്കില്ല എന്നത് ബോദ്ധ്യപ്പെ ടുന്നത്. അതുകൊണ്ട് ഞാൻ പ്രധാന സംവിധായകർ തങ്ങളുടെ ചിത്രങ്ങളെക്കുറിച്ച എഴുതിയ പുസ്തകങ്ങൾ വായിക്കാൻ തുടങ്ങി. അതോടെ എനിക്ക് അവർ പറയുന്നത് മനസ്സിലാക്കാൻ കഴിഞ്ഞു. എനിക്ക് ഇഷ്ടപ്പെട്ടവരുടെ പേരുകൾ ഞാൻ കുറിച്ച് വെക്കാൻ തുടങ്ങി. അവരിൽ ഒരാളാണ് ലുയി ബനുവൽ. തുടർന്ന് ഒരു വർഷ ക്കാലം ഞാൻ സിനിമകൾ കാണാൻ ചിലവഴിക്കയായിരുന്നു. ദിവസേന രണ്ട് മൂന്ന് ചിത്രങ്ങൾ കണ്ട്, എന്റെ കാഴ്ചാ രീതിയിൽ വരുന്നവരുടെ ചിത്രങ്ങൾ ഏറെ ശ്രദ്ധയോടെ നിരീക്ഷിച്ചു.

ചോ: ഇത് 1980 കളിലെ കാര്യങ്ങൾ ആണോ?

ഉ: അതെ, 1980കൾ ന്യൂയോർക്കിൽ. എന്റെ യഥാർത്ഥ

ചലച്ചിത്രപ്രവർത്തനം 1990കളിലാണ് തുടങ്ങുന്നത്. കുട്ടിക്കാലം നസ്രേത്തിൽ ആണ് കഴിഞ്ഞത്, 1981ൽ അവിടം വിട്ടു. എനിക്ക് സിനിമ നിർമ്മാണത്തിൽ ഒരു പരിശീലനവും കിട്ടിയിട്ടില്ല, ഞാൻ സ്വയം ന്യൂയോർക്കിൽ വെച്ച് പഠിക്കുകയായിരുന്നു അത്. പാരീസിൽ ആണ് ഞാൻ ഇപ്പോൾ താമസിക്കുന്നത്. എന്നാൽ പാലസ്തീൻ രീതികളിൽനിന്നും ഞാൻ മാറിയിട്ടില്ല. എനിക്ക് ഇപ്പോഴും പാലസ്തീനിൽ ബന്ധുക്കളും സുഹൃത്തുക്കളും ഉണ്ട്. പറ്റുമ്പോഴൊക്കെ ഞാനങ്ങോട്ട് പോകാറുമുണ്ട്.

ചോ: താങ്കളുടെ പുതിയ ചിത്രം 'ഇറ്റ് മസ്റ്റ് ബി ഹെവനി'ൽ താങ്കൾ തന്നെ സ്വന്തം റോൾ എടുക്കുകയാണോ?

ഉ: എന്റെ ചിത്രങ്ങളിൽ എല്ലാം ഞാൻ തന്നെയാണ് എന്റെ വേഷം ചെയ്യാറുള്ളത്. അത് ഒരു തോന്നലിൽ നിന്നും ഉണ്ടായതാണ്. ന്യൂയോർക്കിൽ നിർമ്മിച്ച എന്റെ ആദ്യ ഷോർട്ട് ഫിലിം മുതൽ അത് ചെയ്തിട്ടുള്ളതാണ്. ഒരു പക്ഷെ, എന്റെ ആത്മകഥാംശമുള്ള കഥ പറയാൻ ഞാൻ തന്നെ വേണം എന്ന് കരുതുന്നത് കൊണ്ടായിരിക്കാം. അത് ഒരു പ്രക്രിയയുടെ ഭാഗമായിരുന്നു. ഇൻറ്റ്യൂഷനും അപ്പുറത്ത് ഉള്ളത്.

ചോ: ഈ ചിത്രത്തിൽ പാലസ്തീൻ പ്രശ്നം നസ്രേത്ത്, പാരിസ്, ന്യൂയോർക്ക് എന്നിവിടങ്ങളിലായി ഒരു ആഗോളതലത്തി ലേക്കാണ് താങ്കൾ എത്തിക്കുന്നത്, ശരിയല്ലേ?

ഉ: സിനിമ നമ്മെ കൂടുതൽ അടുപ്പിച്ചു നിർത്തുന്നുണ്ട്. അതിന്റെ ഭാഷ പ്രാദേശികമല്ല, എന്റെ ആദ്യകാല ചിത്രങ്ങളെല്ലാം ആഗോളതലത്തിലുള്ളവയാണ്. പക്ഷേ എല്ലാം പാലസ്തീനിൽ ചിത്രീകരിച്ചിരിക്കുന്നത് പോലെയാണ് ചെയ്തത്. പാലസ്തീനെ ഒരു ആഗോളതലത്തിൽ കാണുകയായായിരുന്നു ഞാൻ. എന്നാൽ പുതിയ ചിത്രം വ്യത്യസ്തമാണ്. ആഗോളതലത്തിൽ പാലസ്തീൻ കാഴ്ചകൾ കാണുകയാണ്. നാം ലോകത്തെവിടെയായാലും ഇതേ അനുഭവം തന്നെയായിരിക്കും നമുക്ക് ഉണ്ടാവുക എന്നു പറയുകയാണ്.

ഒരു സ്ഥലം മാത്രമല്ല അധിനിവേശത്തിൽ ഉള്ളത്. എല്ലായിടങ്ങളിലും, നിങ്ങളുടേതടക്കം പ്രദേശത്ത് അതുണ്ട്. ഗ്ലോബലൈസേഷന്റെ ഭാഗമായി കുറച്ചു പേർ അവരുടെ സൗകര്യത്തിനായി നിർമ്മിക്കുന്നവയാണത് നാം എവിടെപ്പോയാലും അത് നമ്മെ പിന്തുടരുന്നു.

ലോകം മുഴുവൻ ഉള്ള ഈ ഏകാധിപത്യവും അതിനെതിരെയുള്ള പ്രതിഷേധവും കാണുമ്പോൾ ആകെ നിരാശ തോന്നുകയാണ്. ലോകം

മുഴുവൻ നിരാശയിലാണ്. ചിലി, ഇറാഖ്, ലെബനൻ, അൾജീരിയ, ഹോങ് കോങ്ങ് എന്നിവിടങ്ങളിൽ സംഭവിക്കുന്നത് നോക്കൂ. ജനങ്ങൾ തെരുവിൽ ഇറങ്ങിയിരിക്കയാണ്. അതാണ് സിനിമ ചർച്ച ചെയ്യുന്നത്. സംഘർഷത്തിന്റെ വഴിയിലല്ലാതെ, ഹാസ്യത്തി ന്റെ രീതിയിൽ ആണ് ചിത്രം അത് കൈകാര്യം ചെയ്യുന്നത് എനിക്ക് അത് വ്യക്തി പരമായി പരിശോധിക്കണം എന്ന് തോന്നി. നമുക്ക് ചുറ്റും നടക്കുന്ന കാര്യങ്ങൾ, നമ്മുടെ ഒറ്റപ്പെടലും ദൗർബല്യവുമായി ഇതിനെ നേരിടണമെന്ന് തോന്നുന്നു. പ്രതിഷേധത്തെക്കുറി ച്ചും പ്രകടനത്തെക്കുറിച്ചും എല്ലാവർക്കും പറയാൻ കഴിയും. എന്നാൽ കാലത്ത് എഴുന്നേറ്റ് നോക്കുമ്പോൾ ലോകം അപകടരമായ, അപരി ചിതമായ സ്ഥലം ആണ് എന്ന് തിരിച്ചറിയുമ്പോൾ നാം തകർന്ന് പോകും.

ചോ: താങ്കൾ ഒരു നടനോ സംവിധായാകനോ?

ഉ: ഞാൻ നടൻ എന്നതിനേക്കാൾ സംവിധായകനാണ്. അഭിനയം അതിനൊപ്പം വരുന്നതാണ്.

ചോ: താങ്കളുടെ ചിത്രത്തിൽ സ്വന്തം കഥ വരാറുണ്ടോ?

ഉ: തീർച്ചയായും. തൊണ്ണൂറ്റമ്പത് ശതമാനം കഥകളും അങ്ങനെയുള്ള വയാണ്.

3
ആൻമേരി ജസീർ: കാനിൽ സിനിമ പ്രദർശിപ്പിച്ച ആദ്യ പാലസ്തീൻ സംവിധായിക

അറബി ഭാഷയിൽ നിന്ന് ആദ്യമായി കാൻ ചലച്ചിത്രമേളയിലേക്ക് തിരഞ്ഞെടുത്ത 'ലൈക്ക് ട്വെന്റി ഇംപോസിബിൾ' (Like Twenty Impossible) എന്ന 2002 ലെ ലഘുചിത്രം സംവിധാനം ചെയ്ത പാലസ്തീൻ ചലച്ചിത്രകാരി ആൻമേരി ജസീർ (Annmarie Jacir) 'പാലസ്തീനിലെ ആദ്യസംവിധായിക' എന്നാണ് അറിയപ്പെടുന്നത്.

1974 ൽ ബത് ലഹേമിൽ ജനിച്ച അവർ നിർമ്മിച്ച 'ലൈക്ക് ട്വെന്റി ഇംപോസിബിൾ' എന്ന ഷോർട് ഫിലിം പിന്നീട് ലോകപ്രസിദ്ധി നേടിയിരുന്നു. ഇതേ വരെ മൂന്നു ഫീച്ചർ ഫിലിമുകളും ഒട്ടേറെ ഡോക്യുമെന്ററികളും നിർമ്മിച്ച അവർ 2017 ൽ സംവിധാനം ചെയ്ത 'വാജിബ്' ആഗോളപ്രശസ്തി നേടിയ കഥാചിത്രമാണ്. പാലസ്തിൻ ചലച്ചിത്രകാരിൽ വളരെയേറെ പ്രശസ്തി നേടിക്കൊണ്ടിരിക്കുന്ന ജസീർ, 2008 ൽ സംവിധാനം ചെയ്ത 'സോൾട്ട് ഓഫ് ദിസ് സീ' (Salt of this Sea, 2008) പതിനാലു അന്താരാഷ്ട്ര പുരസ്കാരങ്ങൾ നേടി. ഇത്, ആദ്യമായി ഒരു പാലസ്തീൻ സംവിധായിക നിർമ്മിച്ച കഥാചിത്രം എന്ന ബഹുമതി കൂടെ നേടിയിരുന്നു.

അന്നമേരി ജസിറിന്റെ, 2012ലെ അഭയാർത്ഥി ക്യാമ്പ് ജീവിതം ആവിഷ്കരിക്കുന്ന 'വെൻ ഐ സോ യു' (When I saw you, 2012) എന്ന ഫീച്ചർ, ഒരു പാലസ്തീൻ സംവിധായിക ഓസ്കർ പുരസ്കാരത്തിനായി

• വെൻ ഐ സോ യു

സമർപ്പിച്ച ആദ്യ ചിത്രം എന്ന രീതിയിൽ ലോക സിനിമ ചരിത്രത്തിൽ ഇടം നേടി. 'എ പോസ്റ്റ് ഓസ്ലോ ഹിസ്റ്ററി' (A post oslo history, 2001), 'ദി സാറ്റ്ലൈറ്റ് ഷൂട്ടർ'(The satellite shooters, 2001), 'ആൻ എക്സ്പ്ല നേഷൻ: ആന്റ് ദെൻ ബേൺ ദി ആഷസ്'' (An explanation: and then burn the ashes, 2006) എന്നിവയാണ് ജസിറിന്റെ മറ്റ പ്രധാന ഷോർട് ഫിലിമുകൾ. കാൻ, ബർലിൻ മേളകളിൽ ജ്യൂറി അംഗമായിരുന്ന അവർ ലോകം അറിയുന്ന ഒരു കവിയത്രിയും കഥാകൃത്തുമാണ്.

1998 മുതൽ ചലച്ചിത്ര പ്രവർത്തനമാരംഭിച്ച ജസീർ വിദേശ സർവക ലാശാലകളിൽ ആണ് പഠനവും ചലച്ചിത്രപരിശീലനവും നടത്തിയിത്. എന്നാൽ തന്റെ ചിത്രങ്ങൾ വഴിയും അല്ലാതെയും താനൊരു പാലസ്തീൻ നാട്ടുകാരിയാണെന്ന് വെളിപ്പെടുത്തുന്ന അവർ. വിദേശത്തുനിന്ന് സ്ഥിര താമസത്തിനായി പാലസ്തീനിലേക്ക് വന്ന അവരെ പാലസ്തീൻ അതിർ ത്തിക്കകത്തേക്ക് പ്രവേശിപ്പിക്കാതെ, ജോർദാൻ താഴ്വരയിൽ അധി കാരികൾ താമസിപ്പിക്കയായിരുന്നു. അവിടെ നിന്നും തന്റെ പ്രിയപ്പെട്ട നാടിനെയും ജനങ്ങളെയും കാണേണ്ടി വന്ന അവസ്ഥ വേദനയോടെ ഇപ്പോഴും അവർ ഓർമ്മിക്കുന്നുണ്ട്. അന്നു മുതലാണ് അതിർത്തികൾ എന്ന സമസ്യ അവരുടെ ചിത്രങ്ങളിൽ പ്രമേയമാകുന്നത്. അർത്ഥര ഹിതമായ ഒരു വസ്തുതയായി അതിർത്തികളെ കാണാൻ തുടങ്ങിയ ജസീർ, അതിർത്തികൾ നിഷേധിക്കുന്ന കഥകൾ പറയാൻ തുടങ്ങി. 'സിക്സ് ഡേസ് വാർ' (Six days war) എന്ന ലഘുചിത്രവും അതിർ ത്തികൾ ഉണ്ടാക്കുന്ന ദുരന്തങ്ങൾ നേരിടുന്ന സൊറായയുടെ ജീവിതം പറയുന്ന 'സോൾട്ട് ഓഫ് ദിസ് സീ' എന്ന കഥാ ചിത്രവും ഇതേ പ്രമേയം ആണ് കേന്ദ്രികരിക്കുന്നത്. സംവിധായികയുടെ അനുഭവങ്ങൾ ആണ് 'സോൾട്ട് ഓഫ് ദിസ് സീ' യിലെ സൊറയാവയിലൂടെ നാം കാണുന്നതും

അറിയുന്നതും.

സാൾട്ട് ഓഫ് ദ സി
(salt of the sea, 2008)

ആൻമേരിയുടെ ആദ്യ ഫിച്ചർ, 'സാൾട്ട് ഓഫ് ദ സി' കാനിൽ ഔദ്യോഗിക സെലക്ഷൻ ലഭിച്ച ചിത്രം ആയിരുന്നു. ബ്രൂക്ക് ലിനിൽ ജനിച്ച ജിവിച്ച സൊറായ (soraya), പാലസ്തീൻ വംശജയണ്.

മുത്തച്ഛൻ ജിവിച്ച പാലസ്തീനിലെ വീട്ടിൽ കഴിയാനാണ് അവർ വന്നത്. എന്നാൽ മുത്തച്ഛന്റെ ബാങ്ക് അക്കൗണ്ടിൽ നിന്ന് പണം പിൻവലിക്കാൻ അവർക്ക് പറ്റുന്നില്ല, മുത്തച്ഛന്റെ വിട്ടിൽ മറ്റുള്ളവർ താമസമാക്കുകയും ചെയ്തിരിക്കുന്നു. ഇസ്രായേൽ രൂപീകരിച്ച 1948നു മുമ്പ് ഉള്ള എല്ലാ ബാങ്ക് അക്കൗണ്ടുകളും മരവിപ്പിച്ച നിലയിൽ ആണ്ഉള്ളത്. പല വട്ടം ശ്രമിച്ച പരാജയപ്പെട്ട സൊറായ, സുഹൃത്തുക്കളുടെ സഹായതോടെ തോക്ക് ഉപയോഗിച്ച് ബല പ്രയോഗം നടത്തിയാണ് പണം ലഭ്യമാക്കുന്നതു. റസ്റ്റോറന്റ് ജോലിക്കാരൻ ഇമാദുമായി സൊറായ സൗഹൃദത്തിലാവുന്നു. ഗവേഷണം ചെയ്യാൻ കാനഡയിൽ പോകാൻ തീരുമാനമെടുത്തിരിക്കയാണ് ഇമാദ്. സൊറായ റസ്റ്റോറണ്ടിൽ ജോലി സംഘടിപ്പിച്ചെങ്കിലും ശമ്പളം കിട്ടാതെ രണ്ട് പേരും പുറത്തു വരുന്നു. മറ്റൊരു സുഹൃത്ത് മാർവനും ഇമാദുമായി ചേർന്ന് സൊറായ തന്റെ മുത്തച്ഛന്റെ വിട്ടിൽ പോകുന്നു. ഇതിനായി പല നിരോധിത മേഖലകളും അവർ ഒളിച്ച കടക്കുന്നുണ്ട്. ഒടുവിൽ വീട്ടിൽ എത്തുമ്പോൾ അവിടെ മറ്റൊരു സ്ത്രീ താമസിക്കുന്നതായി കാണുന്നു. ഒരു

• സാൾട്ട് ഓഫ് ദ സി

ദിവസം അവിടെ കഴിഞ്ഞുവെങ്കിലും ഒടുവിൽ അവർ കടൽക്കരയിൽ അഭയം തേടുകയാണ്. അവിടെ ചിത്രം അവസാനിക്കുന്നു.

എല്ലാവരും പാലസ്തീൻ വിട്ട് പോകുമ്പോൾ സൊറായ അവിടേക്ക് വരികയാണ്. അതിനായി അവർക്ക് പല കടമ്പകളും കടക്കേണ്ടി വരുന്നുണ്ട്. സ്വന്തം നാടിനോടുള്ള സ്നേഹം മാത്രമാണ് ഇതിന് പിന്നിൽ ഉള്ളത്. വളരെ ഏറെ വിഷമിച്ച് മുത്തച്ഛന്റെ വീട്ടിൽ എത്തിയെങ്കിലും അവിടെ താമസിക്കാൻ അവർക്ക് കഴിയുന്നില്ല. ചിത്രത്തിൽ ആദ്യാന്ത്യം പാലസ്തീൻ മേഖലയിലെ ഇസ്രായേൽ നിയന്ത്രണങ്ങൾ കാണാൻ കഴിയുന്നു. അതാണ് ചിത്രത്തിന്റെ കേന്ദ്രപ്രമേയം. അത് വളരെ ഫലപ്രദ മായി ഇതിൽ സാക്ഷാൽക്കരിക്കപ്പെട്ടിരിക്കുന്നു. ഇമാദ് ഒരു ഘട്ടത്തിൽ സൊറായോട് പറയുന്നു. "Keep your head up!" അതാണ് ചിത്രം ഓരോ പാലസ്തീൻകാരനോടും/പാലസ്തീൻ കാരിയോടും പറയുന്നത്: "നിങ്ങളുടെ തല അഭിമാനത്തോടെ ഉയർത്തിപ്പിടിക്കുക" നിരവധി പുരസ്കാരങ്ങൾ ചിത്രം നേടിയിരുന്നു.

വെൻ ഐ സോ യു'
(When I Saw You)

ആൻമേരിയുടെ രണ്ടാമത്തെ ഫീച്ചർ ഫിലിം ആണ് 2012ൽ പൂർ ത്തിയാക്കിയ 'വെൻ ഐ സോ യു'. ഇസ്രായേൽ ആക്രമണം കാരണം പാലസ്തീൻ വിട്ട് ജോർദാനിലെ യു. എൻ. ക്യാമ്പിൽ കഴിയുന്ന കുടുംബ ങ്ങളുടെ കഥയാണ് ചിത്രം പറയുന്നത്. അവിടെ കഴിയുന്ന നിരവധി കുട്ടികളിൽ പന്ത്രണ്ടു വയസ്സുകാരൻ താരെക്കിന്റെ കഥയാണിത്. 1967ലെ യുദ്ധത്തിൽ അവന്റെ പിതാവ് നഷ്ടപ്പെട്ടിരുന്നു. മാതാവ് ഗെയ്ദയ്ക്കൊപ്പം ആണ് അവൻ ക്യാമ്പിൽ ഉള്ളത്. യു. എൻ. നൽകുന്ന ഭക്ഷണം കഴിച്ച്, അവർ നൽകിയ വസ്ത്രം ധരിച്ച്, അവരുടെ സ്കൂളിൽ പഠിക്കുന്ന തരേക്കും മറ്റ് കുട്ടികളും. ഒരുനാൾ പിതാവ് വരുമെന്ന പ്രതീ ക്ഷയോടെ അവൻ കഴിയുന്നു.

ഒരു ദിവസം, ഓർമ്മയിൽ ഉള്ള തങ്ങളുടെ വീട് തേടി പോകുന്ന താരെക്ക് എത്തുന്നത് ഒരു പാലസ്തീൻ ആയുധ പരിശീലന ക്യാ മ്പിലാണ്. തന്റെ രാജ്യം മോചിപ്പിക്കാൻ ഒരു പോരാളി ആവാനായി അവൻ അവിടെ കഴിയുന്നു. അവനെ കാണാതെ നാട് മുഴുവൻ അന്വേഷി ച്ച് അവിടെഎത്തിയ അമ്മ, ഗെയ്ദയും പിന്നീട് അവിടെ കഴിയുകയാണ്. ഒരു നാൾ തങ്ങളുടെ നാട്ടിലേക്കുള്ള യാത്ര അവരെ എത്തിക്കുന്നത്, വേലി കെട്ടി വേർതിരിച്ച ഇടത്താണ്. വേലിക്കു മുമ്പിൽ നിസ്സഹരായി നിൽക്കുന്ന താരെക്കിലും ഗെയ്ദയിലും ചിത്രം അവസാനിപ്പിക്കുന്നു

ആൻ മേരി ജസീർ.

വിദേശപഠനം കഴിഞ്ഞു പാലസ്തീനിലേക്ക് മടങ്ങിയ ആൻമേരിയെ, ഇസ്രായേൽ അധികൃതർ തടഞ്ഞ്, ജോർദാനിലെ അഭയാർത്ഥി ക്യാമ്പിൽ താമസിപ്പിച്ചിരുന്നു. അത് പുനരാവിഷ്കരിക്കുകയാണ് ചിത്രം. ചിത്രത്തെക്കുറിച്ച ആൻമേരി ഇങ്ങനെ അഭിപ്രായപ്പെട്ടു. "വെൻ ഐ സോ യു', പാലസ്തീൻ വിമോചന പോരാളികൾക്കുള്ള ആദരമാണ്. ക്യാമ്പുകളിൽ ദയാപൂർവ്വം കിട്ടുന്ന ഭക്ഷണം കഴിച്ചിരിക്കുകയല്ല അവർ, മാതൃരാജ്യത്തിനു വേണ്ടി പോരാടുകയാണ്. സാധാരണക്കാരുടെ യഥാർത്ഥജീവിതം ചിത്രീകരിക്കുകയാണ് എന്നെ സംബന്ധിച്ചിടത്തോളം പ്രധാനം. 'വെൻ ഐ സോ യു' വിലൂടെ കൃത്യമായി, തീവ്രമായി അത് നിർവ്വഹിച്ചിരിക്കുന്നു അവർ. ലളിതവും ഋജുവുമായ ആഖ്യാനത്തിലൂടെ താരെക്കിന്റെയും ഗെയ്ദയുടെയും നിസ്സഹായ അവസ്ഥ, വിമോചന പോരാളികളുടെ ജീവിതം ഇവ ശക്തമായി ചിത്രം ആവിഷ്കരിക്കുന്നു.

2012ൽ പാലസ്തീനിൽ നിന്നുള്ള ഓസ്കാർ നോമിനേഷൻ 'വെൻ ഐ സോ യു' വിനാണ് ലഭിച്ചത്. ആ വർഷത്തെ ബെർലിൻ അന്താരാഷ്ട്ര ചലചിത്രോത്സവത്തിൽ മികച്ച ഏഷ്യൻ ചിത്രത്തിനുള്ള നെറ്റ് പെക് പുരസ്കാരവും ചിത്രം നേടി.

വാജിബ്
(Wajib, 2017)

'സാൾട്ട് ഓഫ് ദ സി' ', 'വെൻ ഐ സോ യു'എന്നീ ചിത്രങ്ങളിൽ നിന്നും തികച്ചും വ്യത്യസ്തമാണ് ' വാജിബ് '. 2017 ൽ നിർമ്മിച്ച ചിത്രം നിരവധി ലോക പുരസ്കാരങ്ങൾ നേടിക്കഴിഞ്ഞു. അബു ഷാദി ഇറ്റലിയിൽ ജോലി ചെയ്യുന്നു. അയാളും പിതാവ് മുഹമ്മദ് ഷാദിയും സഹോദരിയുടെ വിവാഹത്തിനുള്ള ക്ഷണക്കത്തു വിതരണം ചെയ്യാൻ നസ്രേത് നഗരത്തിൽ വന്നിരിക്കയാണ്. അവിടെയുള്ള അറബ് സമൂഹം ഇസ്രായേൽ ആക്രമണങ്ങളെക്കുറിച്ച് അവരുടെ പ്രയാസങ്ങൾ വിശദമായി പറയുന്നു. മകൻ ഇവയിൽ രോഷം കൊള്ളുന്നു. എന്നാൽ പിതാവ് എല്ലാം സംയമനത്തോടെ സമീപിക്കുന്നു. വാജിബ് എന്നാൽ കടമ എന്നാണ് അർത്ഥം. അവരുടെ ഈ സമീപന വ്യത്യാസം ചിത്രത്തിൽ മുഴുവൻ കാണാം. അങ്ങനെ ക്ഷണക്കത്തു വിതരണം ചെയ്തു ഒരു പകൽ കഴിയുന്നു. പിതാവ് അധ്യാപകൻ എന്ന രീതിയിൽ അവിടെ പ്രസിദ്ധനാണ്. അയാളോടുള്ള ആദരവ് കുടുംബങ്ങൾ പ്രകടിപ്പിക്കുന്നുമുണ്ട്. അയാളുടെ ഭാര്യ വിവാഹമോചനം ചെയ്ത് പുനർവിവാഹം ചെയ്ത്

• വാജിബ്

അമേരിക്കയിലാണുള്ളത്.

ഒരു പകൽ ദിവസത്തെ കാർ യാത്രയിൽ, ഇസ്രായേൽ പ്രദേശത്തെ പാലസ്തീൻ ജനത അനുഭവിക്കുന്ന പീഡനങ്ങൾ നേരിട്ടും അല്ലാതെയും ചിത്രം വരച്ചു കാട്ടുന്നു. അവയോടുള്ള വ്യത്യസ്ത പ്രതികരണങ്ങൾ നം കാണുന്നുണ്ട്. ഇസ്രായേൽ കടന്നുകയറ്റങ്ങൾ തികച്ചും വ്യത്യസ്തമായ രീതിയിൽ ആവിഷക്കരിച്ചിരിക്കുന്നു ചിത്രം. നിരവധി അന്താരാഷ്ട്ര ബഹുമതികൾ വാജിബ് നേടിയിരുന്നു.

2017 ൽ ലോക്കർണോ, കേരള, ദുബൈ, ലണ്ടൻ ചലച്ചിതമേളകളിൽ മികച്ച ചിത്രമായതിന് പുറമെ അക്കാഡമി അവാർഡിനായുള്ള 2017ലെ പാലസ്തീൻ നോമിനേഷൻ കൂടി ആയിരുന്നു 'വാജിബ്'.

പ്രശസ്ത പത്രപ്രവർത്തക Isis Nusair, ആൻമേരി ജസിറുവുമായി നടത്തിയ അഭിമുഖം. ഇതിൽ തന്റെ നിലപാട് ജസിർ വ്യക്തമാക്കുന്നു.

ചോ: ചലച്ചിത്ര രംഗത്ത എങ്ങനെയാണ് എത്തുന്നത്?

ആൻ : ഗ്രാഡ്വേഷൻ കഴിഞ്ഞ ശേഷം ഞാൻ ലോസ് ഏഞ്ചൽസിലേക്ക് താമസം മാറ്റുകയായിരുന്നു. അവിടെ ഒരു മുറി വാടകയ്ക്ക് എടുത്ത്, സിനിമയിൽ പ്രൊഡക്ഷൻ അസിസ്റ്റന്റ് ആയി ജോലി ആരംഭിച്ചു. ഒരു. സുഹൃത്തും ഒന്നിച്ചുണ്ടായിരുന്നു. സിനിമയിൽ താൽപ്പര്യം ഉണ്ടായിരുന്നു എങ്കിലും എന്താണ് ചെയ്യേണ്ടത് എന്ന ഒരു രൂപവും ഉണ്ടായിരുന്നില്ല. സുഹൃത്തിന്റെ കയ്യിൽ നിന്ന് എഡിറ്റിംഗ് പഠിച്ച ഞാൻ, സ്വന്തമായി ഷൂട്ട് ചെയ്ത് പരീക്ഷണ ചിത്രങ്ങൾ നിർമ്മിക്കാൻ തുടങ്ങി.

ചോ: താങ്കളുടെ 'ലൈക്ക് ട്വെന്റി ഇംപോസിബിൾ' എന്ന ചിത്രത്തിൽ ഇസ്രായേലി അധിനിവേശമാണല്ലോ പ്രമേയം. ഈ വിഷയം മറ്റ ചിത്രങ്ങളിൽ എന്ത് മാത്രം കടന്നുവരുന്നുണ്ട്? അത് പാലസ്തീനുമായുള്ള ബന്ധം എങ്ങനെയാണ് കൈകാര്യം ചെയ്യുന്നത്?

ആൻ: ആ ചിത്രം പല വിഷയങ്ങളും കൈകാര്യം ചെയ്യുന്നുണ്ട്. ഒരു കലാകാരന്/കലാകാരിക്ക് എന്തൊക്കെ ഉത്തരവാദിത്വങ്ങൾ ഉണ്ട് എന്ന് അത് അന്വേഷിക്കുന്നു. ഇസ്രായേൽ അധിനിവേശ പാലസ്തീൻ ജനത എന്ന നിലയിൽ അവരുടെ അവസ്ഥ ചിത്രം പരിശോധിക്കയാണ്. ഓസ്ലോ ഇയേഴ്സി ലെപ്പോലെ ഞങ്ങളെ വേർതിരിക്കുന്ന രാഷ്ട്രീയസാന്നിധ്യം ചിത്രം അന്വേഷിക്കുകയാണ്. ഈ വേർതിരിവ് എന്റെ എല്ലാ ചിത്രങ്ങളിലും കാണാൻ കഴിയും.

ചോ: നിങ്ങളുടെ എല്ലാ ചിത്രങ്ങളിലും പാലസ്തീൻ ഒരു പ്രധാന വിഷയം ആണല്ലോ? പല കാലങ്ങളിൽ, പല ഇടങ്ങളിൽ, പല ജനസമൂഹങ്ങളിൽ അവ ചിത്രീകരിക്കപ്പെടുന്നു. എന്ത് കൊണ്ടാണ് അത് മുഖ്യ വിഷയം ആവുന്നത്?

ആൻ: എന്നെ സ്വാധീനിക്കുന്ന, എനിക്ക് അറിയാവുന്ന വിഷയമാണ് അത്. അതുകൊണ്ടാണ് അത് ഞാൻ തിരഞ്ഞെടുക്കുന്നതും.

ചോ: 'വെൻ ഐ സോ യു' പാലസ്തീൻ അഭയാർത്ഥികളിലും പ്രതിരോധത്തിലും കേന്ദ്രീകരിക്കയാണ്. അവ തമ്മിൽ ഉള്ള ബന്ധം ഏത് തരത്തിലുള്ളതാണ്? അതെങ്ങനെയാണ് ചിത്രത്തിൽ വെളിപ്പെടുന്നത്?

ആൻ: അവ രണ്ടും തമ്മിൽ കൃത്യമായ ബന്ധം ഉണ്ട്. ചരിത്രത്തിലെ ഒരു പ്രധാന ഘട്ടത്തിൽ ആണ് 'വെൻ ഐ സോ യു' സംഭവിക്കുന്നത്. ചെറുപ്പക്കാർ സംഘടിച്ച് ഇസ്രായേൽ അതിക്രമങ്ങൾ പ്രതിരോധിക്കാൻ തിരുമാനിക്കയാണ്. ഇനി മുതൽ തങ്ങൾ ഇരകൾ ആയിരിക്കില്ല എന്നവർ തീരുമാനിക്കുന്നു. സ്വന്തം വീടുകളിൽ തിരിച്ച് പോയി സ്വതന്ത്ര മനുഷ്യരെപ്പോലെ ജീവിക്കുക എന്നതായിരുന്നു അവരുടെ ആവശ്യം. താരിക്കിന്റെ കഥ ഇതോടൊപ്പം നടക്കുകയാണ്. ഇത് വരും കാലത്തേക്കുള്ള ഒരു ചിത്രം കൂടിയാണ്. അത് താരിക്കിന്റെയും അമ്മയുടെയും മാത്രമല്ല, ജനങ്ങളുടേയും കൂടിയാണ്.

ചോ: 'സോൾട്ട് ഓഫ് സി' യിലും 'വാജിബി' ലും നിങ്ങൾ പാലസ്തീനിലെ പല തരത്തിലുമുള്ള ബന്ധങ്ങൾ ആണ് പരിശോധിക്കുന്നത്. ജനങ്ങൾ രാജ്യം വിടുകയോ തിരിച്ച് വരികയോ ചെയ്യുന്നു. 1948ലെയും 1967ലെയും പാലസ്തീൻ പ്രദേശങ്ങൾ തമ്മിൽ ഏത് തരത്തിൽ ഉള്ള

• ആൻമേരി ജസീർ

ബന്ധമാണ് നിങ്ങൾ ഉണ്ടാക്കാൻ ശ്രമിക്കുന്നത്?

ആൻ: പാലസ്തീൻ ജനങ്ങൾ എല്ലാം ഒന്നാണ്. ഓരോരുത്തർക്കും സ്വന്തം അനുഭവങ്ങളും കഥകളും ഉണ്ട്. 1948 ലെയും 1967ലെയും ജനങ്ങൾ തമ്മിൽ വ്യത്യാസം ഉണ്ടെന്ന് ഞാൻ കരുതുന്നില്ല. അതുപോലെ അഭയാർത്ഥികളും പാലസ്തീനിൽ കഴിയുന്നവരും തമ്മിൽ വ്യത്യാസം ഉണ്ടെന്ന് ഞാൻ കരുതുന്നില്ല.

ചോ: നിങ്ങൾ ലോകത്തിലെ പല പ്രദേശങ്ങളിലും താമസിച്ചിട്ടുണ്ട്. അതെങ്ങനെയാണ് പാലസ്തീനുമായുള്ള നിങ്ങളുടെ ബന്ധത്തെയും ചലച്ചിത്രനിർമ്മാണത്തെയും ബാധിച്ചത്?

ആൻ: എന്റെ ജീവിതത്തിൽ സ്ഥിരമായി ഒന്ന് മാത്രമേയുള്ളു. അതു പാലസ്തീൻ ആണ്. പല സ്ഥലങ്ങളിലും ഞാൻ താമസിച്ചിരുന്നു. പല ഇടങ്ങൾ ഞാൻ സന്ദർശിച്ചിരുന്നു. വീണ്ടും അവിടങ്ങളിൽ ചെന്നപ്പോൾ ഞാൻ പുതിയ മുഖങ്ങൾ ആണ് കണ്ടത്. ജീവിതകാലം മുഴുവൻ എന്റെ മനസ്സിൽ ഉണ്ടായിരുന്നത്, എനിക്കറിയാമായിരുന്നത്, പാലസ്തീൻ മാത്രമാണ്. പാലസ്തീനുമായുള്ള ബന്ധമാണ് ഞാൻ എന്ന വ്യക്തിയേയും ചലച്ചിത്രകാരിയേയും സൃഷ്ടിച്ചത്.

ചോ: 'സോൾട് ഓഫ് ദ സി' യിലെ സൊറായ, ബ്രൂക്ലിൽ നിന്ന് പാലസ്തീനിലേക്ക് എന്തിനായിരുന്നു വന്നത്? അവർക്ക് എന്തായിരുന്നു നേടാനുണ്ടായിരുന്നത്?

ആൻ: അവർ എവിടെനിന്നാണോ പോയത് അവിടേക്ക് തിരിച്ചുവരികയാണ്. ഇത് എല്ലാ പാലസ്തീൻകാരുടെയും എക്കാലത്തേയും സ്വപ്നമാണ്. നാം പുറത്താക്കപ്പെട്ട സ്ഥലത്തേക്ക് തിരിച്ചു വരിക.

അമേരിക്കൻ പാസ്പോർട്ട് ഉള്ളത് കാരണം അവർക്ക് തിരിച്ച വരാൻ കഴിഞ്ഞു. എന്നാൽ അവരുടെ മാതാപിതാക്കൾക്കും മുത്തശ്ശിക്കും അതിന് കഴിയുന്നില്ല. മൂന്നാം തലമുറയിലെ അഭയാർത്ഥികൾ ആണ് അവർ. ചിത്രം ഒരു ഫാന്റസിയാണ്. ആളുകൾ കയ്യേറിയ നമ്മുടെ വീടുകളിൽ നാം തിരിച്ചെത്തിയാൽ എങ്ങനെയിരിക്കും? നമ്മുടെ സ്വത്തുക്കൾ മരവിപ്പിച്ച ബാങ്കിലേക്ക് നാം കയറിചെന്നാലോ? തകർക്കപ്പെട്ട നമ്മുടെ വീടിന്റെ അവശിഷ്ടങ്ങളിൽ നാം രാത്രി ചിലവഴിച്ചാലോ?

ചോ: നസ്രേത്തിലെ പല തരത്തിലുള്ള ആളുകളുടെയും പ്രദേശങ്ങളിലൂടെയും സഞ്ചരിക്കുന്ന വാജിബ്, ഒരു റോഡ് മൂവിയാണല്ലോ. ഈ രീതി സ്വികരിക്കാൻ പ്രതേകിച്ച കാരണം വല്ലതും ഉണ്ടായിരുന്നോ?

ആൻ: പിതാവും മകനും തമ്മിലുള്ള സങ്കീർണ്ണമായ ബന്ധം ആവിഷ്ക്കരിക്കുക അതുപോലെ നസ്രേത്തിലെ ജീവിതം ചിത്രീകരിക്കുക എന്നിവയായിരുന്നു എന്റെ ലക്ഷ്യം. ഒരു സമൂഹം എങ്ങനെ ചിന്തിക്കുന്നു, പൊതുവേദിയിലും അല്ലാത്തിടത്തും അവരെങ്ങനെ പ്രതികരിക്കുന്നു ഇവ കാണിക്കുകയായിരുന്നു എന്റെ ഉദ്ദേശം. ഓരോരുത്തർക്കും വാജിബിനെക്കുറിച്ച സ്വന്തം അഭിപ്രായം ഉണ്ട്. പാരമ്പര്യ രീതികളെക്കുറിച്ചും അങ്ങനെ തന്നെ. പാലസ്തീനിൽ വിവാഹക്ഷണക്കത്ത് വീടുകളിൽ വിതരണം ചെയ്യുന്നത് പ്രധാനമാണ്. എഴുപത് വർഷങ്ങൾക്ക് മുമ്പ് ഇസ്രായേൽ അധിനിവേശം നടന്ന്, ഭൂരിഭാഗം താമസക്കാരും അഭയാർത്ഥികളായി മാറിയ സ്ഥലത്തു അതു പ്രഹസനം മാത്രമാണ്. പാലസ്തീനിലെ ഏറ്റവും വലിയ നഗരം ഹംസ്രത്തിൽ ഇസ്രായേൽ ഐ. ഡി. യോടെ ജീവിക്കുന്നവർ ഈ കത്ത് വിതരണം ചെയ്യുന്നത് വളരെ പ്രധാനമാണ്. അതു സ്വന്തം ഐഡന്റിറ്റി നിലനിർത്തലാണ്.

രണ്ട് പേരെ കാറിൽ ഇരുത്തി, പരസ്പരം വാദിച്ച, രക്ഷപ്പെടാൻ കഴിയാതെ ഒരു ജയിലിൽ എന്ന പോലെ. അവിടെ എല്ലാവർക്കും ചരിത്രമുണ്ട്. പഴയ ഓർമ്മകളോടെ അവർ കുടുംബമായി കഴിഞ്ഞപ്പോഴുള്ള കാർ, അതു മാത്രമാണ് അബു ഷാദി ബാക്കിവെച്ചത്. രണ്ടു പേർ തനിച്ച കാറിൽ സഞ്ചരിക്കുന്നത് കാരണം എനിക്ക് നന്നായി കഥ പറയാൻ കഴിഞ്ഞു. വീടുകൾ തോറും അവർ കയറി ഇറങ്ങുമ്പോൾ അവരുടെ ചിന്തകൾ വരച്ച കാട്ടാൻ കഴിഞ്ഞു. ഒരു

ദിവസം കൊണ്ട് ചിത്രം നിർമ്മിക്കുന്ന ചാലഞ്ച് ഞാൻ ഏറ്റെടുത്തു. എന്റെ ചിത്രങ്ങളിൽ ഏറ്റവും അധികം സംഭാഷണങ്ങൾ ഉള്ള ചിത്രം ആണിത്. കഥയും ഘടനയും എല്ലാം സംഭാഷണത്തിൽ അടിസ്ഥാനപ്പെടുത്തിയിരിക്കയാണ്.

ചോ: ചിത്രം ഈ കുടുംബത്തിൽ കേന്ദ്രീകരിക്കാൻ കാരണമെന്താണ്?

ആൻ: നസ്രേത്തിലെ പാലസ്തീൻ ജനങ്ങളെക്കുറിച്ചാണ് ചിത്രം. അവിടെ എഴുപത് ശതമാനം മുസ്ലിംങ്ങളും ബാക്കി ക്രിസ്ത്യാനികളുമാണ് ഉള്ളത്. ഷാദിയും പിതാവ് അബു ഷാദിയും മതത്തെപ്പറ്റി ചിന്തിക്കാത്തവർ ആണ്. അവർ മുസ്ലിം വീടുകളിലും കൃസ്ത്യൻ വീടുകളിലും പോകുന്നുണ്ട്. മതത്തിലും സാമ്പത്തികനിലയിലും വ്യത്യസ്തത പുലർത്തുന്ന നഗരമാണ് ഞാൻ ചിത്രീകരണത്തിനായി തിരഞ്ഞെടുത്തത്.

ചോ: 'വാജിബി'ൽ രണ്ടു തലമുറകളിലുള്ള രണ്ടു കഥാപാത്രങ്ങൾ, തമ്മിൽ ഭൂത/വർത്തമാന കാലങ്ങളെ കുറിച്ച്, സാമൂഹിക/ രാഷ്ട്രീയ കാര്യങ്ങളെക്കുറിച്ചു എന്താണ് പറയാൻ ശ്രമിക്കുന്നത്?

ആൻ: ഈ വിഷയങ്ങളെക്കുറിച്ച് ഒരേ വികാരം രണ്ട് വ്യത്യസ്ത രീതികളിൽ അവർ പ്രകടിപ്പിക്കുന്നു. ഷാദിയുടെ മാതാവ് ചിത്രത്തിൽ നേരിട്ട് വരുന്നില്ലെങ്കിലും അവരുടെ സാന്നിധ്യം ആദ്യന്തം നമുക്ക് അനുഭവപ്പെടുന്നു.

ചോ: ഇസ്രായേലീ സ്റ്റേറ്റും നസ്രേത്തും വളരെ സജീവസാന്നിധ്യമായി ചിത്രത്തിൽ അനുഭവപ്പെടുന്നുണ്ട്.

ആൻ: പാലസ്തീൻ സ്കൂളുകൾ ഇസ്രായേലിന്റെ നിരീക്ഷണത്തിലാണ്. അവിടെ എന്താണ് പഠിപ്പിക്കുന്നത് എന്ന് അവർ നിരീക്ഷിക്കുന്നുണ്ട്. എഴുപത് കൊല്ലങ്ങൾക്ക് മുമ്പ് ആണ് നസ്രേത് ഇസ്രായേൽ അധിനിവേശ പ്രദേശമായത്. അർദ്ധസ്വതന്ത്രരായ അവിടുത്തെ ജനങ്ങൾ നിരന്തരം സംഘർഷങ്ങളിലാണ്.

ചോ: അവസാനമായി ഒരു പതിവ് ചോദ്യം. ഒരു ചലച്ചിത്രകാരി എന്ന നിലയിൽ എന്തെങ്കിലും വിഷമതകൾ അനുഭവപ്പെട്ടിട്ടുണ്ടോ?

ആൻ: ഇല്ല, ഒരിക്കലുമില്ല.

4
ഹനി അബു അസ്സാദിന്റെ അധിനിവേശ കാഴ്ചകൾ.

സമകാലിക പാലസ്തീൻ ചലച്ചിത്രരംഗത്ത് സജീവമായി ഇടപെടലുകൾ നടത്തിക്കൊണ്ടിരിക്കുന്ന സംവിധായകൻ ഹനി അബു അസ്സാദ്ദിന്റെ ബാല്യകാലം സിനിമകൾ കൊണ്ട് സാന്ദ്രമായിരുന്നു. സിനിമകളുണ്ടാക്കിയ ഞെട്ടലിൽ നിന്ന് ഇപ്പോഴും താൻ മോചിതനായിട്ടില്ല എന്നു അസ്സാദ് പറയുന്നു.

1961 ൽ നസ്രേത്തിൽ ജനിച്ച അസ്സാദ്, ബാല്യകാലം മിക്കവാറും സമയം ചിലവഴിച്ചത് സിനിമാതിയേറ്ററുകളിൽ ആയിരുന്നു. വീടിന് മുമ്പിൽ ഉള്ള ഡയാന തിയേറ്ററിൽ ആഴ്ചകളോളം സ്ഥിരമായി ചിലവഴിച്ച ഹനി അബു അസ്സാദ് തന്റെ ആദ്യ സിനിമ അനുഭവം രേഖപ്പെടുത്തുന്നുണ്ട്. "എനിക്ക് അന്ന് നാല് വയസ്സ് മാത്രം. എന്താണ് സംഭവിക്കാൻ പോകുന്നതെന്ന് അറിയാതെ ഞാൻ തിയ്യേറ്ററിനകത്ത് ഇരുന്നു. ഹാൾ പതുക്കെ ഇരുട്ടിലായി. സ്ക്രീനിൽ പ്രകാശം പരന്നു. ക്യാമറയ്ക്കകത്ത് നിന്ന് പുറത്തേക്ക് ചാടിയ കുതിരകൾ എനിക്ക് നേരെയാണ് വന്നത്. പേടിച്ച് വിറച്ച ഞാൻ സീറ്റിനടിയിൽ ഒളിച്ചു. അടുത്തിരുന്ന അമ്മാവൻ കുതിരകൾ പോയെന്ന് പറഞ്ഞു പിടിച്ചെഴുന്നേൽപ്പിച്ചപ്പോൾ മാത്രമാണ് ഞാൻ തല ഉയർത്തിയത്. കുതിരകൾ തിയ്യേറ്ററിന്റെ പിൻഭാഗത്തു, സ്ക്രീനിനു പിന്നിൽ ഉണ്ടെന്ന് കരുതി, പേടിയോടെ ഞാൻ അങ്ങോട്ട് നോക്കിക്കൊണ്ടിരുന്നു. ഇന്ന് വരെ അവ എവിടെ നിന്ന് വന്നു, എങ്ങോട്ട് പോയി എന്ന് എനിക്കറിയില്ല". തന്നെ അന്ന് ഏറെ ഭീതിപ്പെടുത്തിയ സിനിമ പിൽക്കാലത്ത് തന്റെ ജീവിതത്തിന്റെ ഗതി

തന്നെ മാറ്റമെന്ന് ആ പിഞ്ചുബാലൻ അന്ന് കരുതിക്കാണില്ല.

കെട്ടിട നിർമ്മാണ സാമഗ്രികൾ വൻതോതിൽ നിർമ്മിക്കുന്ന ഫാക്ടറി ഉടമസ്ഥൻ ആയ പിതാവ് ഇരുപതാം വയസ്സിൽ അസ്സാദിനെ നെതർലാണ്ടിൽ ഏറോനോട്ടിക്സ് എഞ്ചിനിയറിങ്ങിൽ ബിരുദം നേടാനായി അയച്ചു. അത് പൂർത്തിയാക്കിയ അസ്സാദ് അവിടെ ജോലി ചെയ്യാനാരംഭിച്ചു. എന്നാൽ സിനിമയിലെ താൽപര്യം കാരണം, രണ്ടു വർഷത്തിനു ശേഷം ജോലി ഉപേക്ഷിച്ച് നാട്ടിൽ തിരിച്ചെത്തിയ അദ്ദേഹം പ്രസിദ്ധ ചലച്ചിത്രകാരൻ റഷീദ് മഷർവായിയുമായി ചേർന്ന് സിനിമകൾ നിർമ്മിച്ചുതുടങ്ങി. രണ്ട് പേരും ചേർന്ന് രൂപം കൊടുത്ത Aylul Film Production Company മഷർവായുടെ 'ലോംഗ് ഡേസ് ഇൻ ഗാസ' (long days in Gaza, 1991), 'ദി കർഫ്യു' (The curfew, 1993) തുടങ്ങിയ ചിത്രങ്ങൾ നിർമ്മിച്ചു. തുടർന്ന് അസ്സാദ് സ്വന്തമായി സംവിധാനരംഗത്ത് കടക്കുകയും 'ടു ഹൂം ഇറ്റ് മേ കൺസേൺ' (To whom it may Concern, 1992), 'പേപ്പർ ഹൗസ്' (Paper House, 1992) എന്നീ ലഘുചിത്രങ്ങൾ സംവിധാനം ചെയ്യുകയുമായിരുന്നു.

'നസ്രേത്ത് 2000' (Nazreth 2000, 2000), 'ഫോഡ് ട്രാൻസിറ്റ്' (Ford Transit, 2002) എന്നി ഡോക്യുമെന്ററികൾ സംവിധാനം ചെയ്തതിനു ശേഷമാണ് തന്റെ ആദ്യ ഫീച്ചർ ഫിലിം, 'റാണാസ് വെഡ്ഡിങ്' (Rana's wedding, 2003) അദ്ദേഹം സംവിധാനം ചെയ്യുന്നത്. ഇത് അദ്ദേഹത്തെ പാലസ്തീൻ ചലച്ചിത്രലോകത്തെ ശ്രദ്ധേയനായ സംവിധായകനാക്കി മാറ്റി. ഇസ്രയേലി അധിനിവേശം റോഡ്ബ്ലോക്കുകളുടെ രൂപത്തിൽ ആവിഷ്കരിക്കുന്ന ഈ ചിത്രം നിരവധി അന്താരാഷ്ട്ര പുരസ്കാരങ്ങൾ നേടിയിരുന്നു.

'ഫോഡ് ട്രാൻസിറ്റ്' ജറുസലേം അന്താരാഷ്ട്ര ചലച്ചിത്രോൽസവത്തിൽ ഏറ്റവും മികച്ച ഡോക്യുമെന്ററിക്കുള്ള പുരസ്കാരം നേടുകയും 'റാണാസ് വെഡ്ഡിങ്', 2003 ലെ കാൻ ചലച്ചിത്രോൽസവത്തിൽ ക്രിട്ടിക്സ് വീക്കിൽ പ്രദർശിപ്പിക്കയും ചെയ്തു. 'റാണാസ് വെഡ്ഡിങ്' ഷൂട്ട് ചെയ്തുകൊണ്ടിരുന്നപ്പോൾ ഇസ്രായേലി പട്ടാളത്തിന്റെ ആക്രമണങ്ങൾ ചിത്രീകരണ സംഘം നേരിട്ടിരുന്നു. വളരെയേറെ വിഷമങ്ങൾക്കിടയിലാണ് അസ്സാദിനു ചിത്രം പൂർത്തിയാക്കാൻ കഴിഞ്ഞത്.

അതിനു ശേഷം 2005 ൽ ഹനി അബു അസ്സാദ് സംവിധാനം ചെയ്ത 'പാരഡൈസ് നൗ' (Paradaise Now, 2005) ലോകചലച്ചിത്രരംഗത്ത് ഏറെ ശ്രദ്ധിക്കപ്പെട്ടു. ചിത്രം ഗോൾഡൻ ഗ്ലോബ് പുരസ്കാരം നേടി. മറ്റൊരു ശ്രദ്ധേയചിത്രം 'ഒമർ' (Omar, 2013) കാൻ ചലച്ചിത്രോൽസവത്തിൽ ജൂറിപുരസ്കാരം നേടുകയും 'Idol (2015)' അക്കാദമി

• ഒമർ

അവാർഡിനായി പരിഗണിക്കപ്പെടുകയും ചെയ്തു. ഹനി അബു അസ്സാദിന്റെ ഏറ്റവും പുതിയ ചിത്രം 2017 ൽ നിർമ്മിച്ച അമേരിക്കൻ ഡ്രാമ 'മൌണ്ടൻ ബിറ്റ്‌വീൻ അസ്' (The mountain between us) ആണ്.

സിനിമകളുടെ വളരെ വലിയ ഒരു നിര അവകാശപ്പെടാവുന്ന ചലച്ചിത്രകാരനായ ഹനി അബു അസ്സാദിന്റെ ചിത്രങ്ങൾ, പ്രമേയങ്ങളുടെ വൈവിദ്ധ്യം കൊണ്ട് വളരെയധികം ശ്രദ്ധേയമാണ്. ഇവയൊക്കെ ഇസ്രായേൽ അധിനിവേശ ഇടങ്ങളിൽ കഴിയുന്ന പാലസ്തീൻ ജീവിതങ്ങളുടെ കഥ പറയുന്നു. അദ്ദേഹത്തിന്റെ പ്രധാന ചിത്രങ്ങൾ ആയ 'റാണാസ് വെഡ്ഡിങ്', 'പാരഡൈസ് നൗ', 'ഒമർ' എന്നിവ തികച്ചും വ്യത്യസ്തത പുലർത്തുന്നവയാണ്. ഇസ്രായേൽ അധിനിവേശ പ്രദേശത്തെ കലുഷിതമായ ജീവിതം ചിത്രീകരിക്കുകയാണ് അവ. രണ്ടാമത്തെ ചിത്രം ഇസ്രായേലി പട്ടാളത്തിനെതിരെയുള്ള വ്യക്തിപരവും രാഷ്ട്രീയപരവും ആയ പ്രതികാരവും പ്രതിരോധവും ആവിഷ്കരിക്കുന്നു. മൂന്നാം ചിത്രം 'ഒമർ' ഇസ്രായേൽ പ്രതിരോധത്തിനിടയിലെ സംഘർഷങ്ങളും വിശ്വാസവഞ്ചനയും ചതിയും ദൃശ്യവൽക്കരിക്കുകയാണ്. 2017ൽ അസ്സാദ് സംവിധാനം ചെയ്ത 'ദ മൗണ്ടൻ ബിറ്റ്‌വീൻ അസ്", തികച്ചും വ്യത്യസ്തമായ പ്രമേയം കേന്ദ്രീകരിക്കുന്നു. അതിർത്തികൾ പ്രമേയമാക്കുന്ന ചിത്രത്തെക്കുറിച്ച് ചോദിച്ച പത്രലേഖകരോട് അസ്സാദ് പറഞ്ഞത്, ലോകസിനിമ നിർമ്മാണരംഗത്ത് പാലസ്തീൻ കടന്നുവരുന്നത് ലോകത്തെ അറിയിക്കാനാണ് ഇത്തരം ഒരു ഹോളിവുഡ് ചിത്രം നിർമ്മിച്ചത് എന്നായിരുന്നു. പ്രതിരോധത്തിന്റെ മറ്റൊരു വഴിയായി അതിനെ മാറ്റുന്നു സംവിധായകൻ.

പാലസ്തീൻ സിനിമ അന്താരഷ്ട്ര തലത്തിലെത്തിച്ച ഹനി അബു അസ്സാദ് സ്വന്തം രാജ്യത്തിന്റെ ദേശീയത ഉയർത്തിപ്പിടിക്കുന്ന നിരവധി ചിത്രങ്ങൾ സംവിധാനം ചെയ്തു. പാലസ്തീൻ ചലച്ചിത്രരംഗത്ത് അവഗ ണിക്കാൻ പറ്റാത്ത ശക്തമായ സാന്നിദ്ധ്യമായി മാറിക്കഴിഞ്ഞു ഹനി അബു അസ്സാദ്.

റാണാസ് വെഡ്ഡിങ്
(Rana's Wedding, 2002)

ആയുധധാരികളായ ഇസ്രായേലി പട്ടാളക്കാർ റോന്ത് ചുറ്റുന്ന തെരുവുകൾ, ഒരു ചെറിയ അനക്കത്തിൽ പോലും തോക്ക് ചൂണ്ടുന്ന അവർ. തെരുവുകളിലെ എല്ലാ ചലനങ്ങളും രേഖപ്പെടുത്താനായി ഘടി പ്പിച്ച നിരീക്ഷണ ക്യാമറകൾ. ഇസ്രായേലി ബുൾഡോസറുകൾ ഇടിച്ചു നിരത്തുന്ന പാലസ്തീൻ വീടുകൾ. തെരുവുകൾ നിറയെ ബാരിക്കേഡുകൾ. വെടിവെപ്പിൽ കൊല്ലപ്പെടുന്ന പാലസ്തിൻകാരെ വഹിച്ചുകൊണ്ടുള്ള പ്ര തിഷേധപ്രകടനങ്ങൾ. ഹനി അബു അസ്സാദിന്റെ 2002 ചിത്രം ‘റാണാസ് വെഡിങ്ങിൽ’ ഇസ്രായേൽ അധിനിവേശത്തിൽ ഉള്ള ജറുസലേമിലെ ഈ കാഴ്ച്ചകൾ മറ്റു പ്രദേശങ്ങളിലും ആവർത്തിക്കുന്നു. സമാനമായ കാഴ്ചകൾ ആണ് 2005 ചിത്രം ‘പാരഡൈസ് നൗ’ ലും നമ്മെ അഭിമുഖി കരിക്കുന്നത്. 'റാണാസ് വെഡിങ്ങിന്", 'ജറുസലേം അനദർ ഡേ' എന്ന മറ്റൊരു പേര് കൂടെ സംവിധായകൻ നൽകിയിരുന്നു.

കാൻ ചലച്ചിത്രമേളയിൽ ഈ ചിത്രം ക്രിട്ടിക്സ് വീക്കിൽ പ്രദർശിപ്പി ച്ചിരുന്നു. അതിനു പുറമെ മറ്റു നിരവധി അന്താരാഷ്ട്ര മേളകളിലും ഇത് പ്ര ദർശിപ്പിക്കപ്പെട്ടു. ജറുസലേം പാശ്ചാത്തലമാവുന്ന ചിത്രം ഇസ്രായേൽ അധിനിവേശ പാലസ്തീനിൽ ദിവസേന നടക്കുന്ന സംഘർഷങ്ങളുടെ കൃത്യമായ ചിത്രം നമുക്ക് തരുന്നതോടൊപ്പം, അവയ്ക്കിടയിൽ നടക്കുന്ന ഒരു വിവാഹത്തിന്റെ സങ്കീർണതകളിലേക്കും നമ്മെ എത്തിക്കുന്നു. അവയുണ്ടാക്കുന്ന വൈരുധ്യം ദൃശ്യവൽക്കരിക്കുന്നതോടൊപ്പം, ഇസ്രായേൽ സാന്നിധ്യം പാലസ്തീനിലെ ദൈനംദിനജീവിതത്തെ എത്രമാത്രം ബാധിക്കുന്നു എന്ന് നമ്മെ ബോധ്യപ്പെടുത്തുന്നു. ജീവന്മരണ പോരാട്ടങ്ങൾക്കിടയിൽ, വിവാഹം എത്രമാത്രം അർത്ഥരഹിതമാവുന്നു എന്ന് ചിത്രം വെളിപ്പെടുത്തുന്നു.

റാണാസ് വെഡ്ഡിങ്ങിന്റെ കഥാഘടന ഇങ്ങനെയാണ് : ഭാര്യ മരിച്ചതോടെ റാണയുടെ പിതാവ് ഈജിപ്തിലേക്ക് പോകാൻ തയ്യാ റെടുക്കുകയാണ്. പതിനേഴ വയസ്സ് മാത്രമുള്ള റാണയുടെ മുമ്പിൽ രണ്ട് നിർദ്ദേശങ്ങൾ അയാൾ വെക്കുന്നു. ഒന്നുകിൽ താൻ നല്കിയ

• റാണാസ് വെഡ്ഡിങ്

ലിസ്റ്റിൽ നിന്ന് ആരെയെങ്കിലും തിരഞ്ഞെടുത്ത ശേഷം അയാളെ വിവാഹം കഴിച്ച ജറുസലേമിൽ കഴിയുക, അല്ലെങ്കിൽ തനിക്കൊപ്പം ഈജിപ്തിൽ വന്ന് വിദ്യാഭ്യാസം തുടരുക. ലിസ്റ്റിൽ ഉണ്ടായിരുന്ന ഉയർന്ന ജോലിയുള്ള ആരെയെങ്കിലും വിവാഹം ചെയ്യാൻ റാണ തയ്യാറായിരുന്നില്ല, കാരണം അവൾ നാടകപ്രവർത്തകൻ ഖലീലുമായി സ്നേഹത്തിലാണ്. അങ്ങനെയാണ് ഖലീലിനെ അന്വേഷിച്ച, കാലത്ത് തന്നെ അവൾ പുറപ്പെട്ടത്. ആ ദൃശ്യം മുതൽ ചിത്രത്തിന്റെ അവസാനം വരെ ജറുസലേം തെരുവുകളിൽ വിന്യസിക്കപ്പെട്ടിട്ടുള്ള ഇസ്രായേൽ പട്ടാളത്തിന്റെ കാഴ്ച നീണ്ടു നിൽക്കുന്നു. എപ്പോൾ വേണമെങ്കിലും വെടിവെക്കാമെന്ന അവസ്ഥയിൽ അവർ ജനജീവിതത്തിന് സ്ഥിരം ഭീഷണിയായി മാറുന്നു. പലവിധ അന്വേഷണങ്ങൾക്കൊടുവിൽ റാണ, ഒരു തിയ്യേറ്ററിൽ ഖലീലിനെ കണ്ടെത്തുന്നു. നാലു മണിക്ക് പിതാവ് പോകും മുമ്പ് വിവാഹം നടത്താൻ ആവശ്യപ്പെടുന്ന റാണയ്ക്ക് മുമ്പിൽ അത്ഭുതപ്പെട്ടിരിക്കുന്ന ഖലീൽ. പ്രായപൂർത്തിക്ക് മുമ്പായി നടത്തുന്ന വിവാഹം ആയതിനാൽ രജിസ്ട്രാറുടെ പ്രത്യേക അനുമതിക്കായി അയാളെ തിരഞ്ഞു റാണയും ഖലീലും അയാളുടെ സുഹൃത്തും പോകുന്നു. പല സ്ഥലങ്ങളിൽ അന്വേഷിച്ച ഒടുവിൽ അയാളേയും റാണയുടെ പിതാവിനെയും അവർ കാണുന്നു. പലതരത്തിലുള്ള നിർബ്ബന്ധങ്ങൾ ക്കൊടുവിൽ വിവാഹത്തിന് സമ്മതം ലഭിക്കുന്നു. പിന്നീട്, വിവാഹം നടത്താനുള്ള സർട്ടിഫിക്കറ്റുകൾക്കായി അവർ ഓടിനടക്കുന്നു. നാലു മണിക്ക് എല്ലാം ശരിയായപ്പോൾ, രജിസ്ട്രാറെ ഇസ്രയേലി പട്ടാളം യാത്ര ചെയ്യുന്നതിൽ നിന്ന് തടയുന്നു. ഒടുവിൽ, ഒരു റോഡ്ബ്ലോക്കിൽ

കുരുങ്ങിക്കിടക്കുന്ന രജിസ്ട്രാറെ കണ്ടെത്തി കാറിൽ വെച്ച് വിവാഹം നടത്തുന്നു. വിവാഹനൃത്തം റോഡിൽ വെച്ച് നടക്കുമ്പോൾ ചിത്രം അവസാനിക്കുന്നു.

പാലസ്തീൻ ഇസ്രായേലി സംഘർഷങ്ങൾ രേഖപ്പെടുത്തുന്ന ചിത്രങ്ങളിൽ നിന്നും 'റാണാസ് വെഡ്ഡിങ്' തികച്ചും വ്യത്യസ്തമാണ്. നേരത്തെ സൂചിപ്പിച്ചതുപോലെ ചിത്രത്തിന്റെ ആദ്യന്തം സംഘർഷങ്ങളും പട്ടാളത്തിന്റെ സാന്നിധ്യവും ഉണ്ടാക്കുന്ന ഭീകരത, ഇതിനിടയിൽ നടക്കുന്ന വിവാഹം. ജീവിതം തന്നെ അർത്ഥരഹിത മായി മാറുന്ന അവസ്ഥയിൽ എല്ലാറ്റിൽ നിന്നും പുറകോട്ടു പോകാൻ നാം ആഗ്രഹിക്കുന്നു. വളരെ സൂക്ഷ്മമായി സംവിധായകൻ ഇത് ആവിഷ്ക്കരിക്കുന്നുണ്ട്. ഇത് റാണയിൽ നമുക്ക് കാണാൻ കഴിയുന്നുമുണ്ട്. വിവാഹ തയ്യാറെടുപ്പ കൾക്കിടയിൽ, മുറിയിൽ ഇരിക്കുന്ന റാണ പുറത്തേക്ക് നോക്കുമ്പോൾ കാണുന്നത്, ഇസ്രായേലി പട്ടാളക്കാർ ബുൾഡോസർ കൊണ്ട് ഒരു വീട് ഇടിച്ച് നിരത്തുന്നതാണ്. ഈ ഭീകര അന്തരീക്ഷത്തിൽ തനിക്കു വിവാഹം വേണ്ടെന്ന് സുഹൃത്തിനോട് പറയുന്ന അവൾ. തനിക്കും ഒരു വീട് വെക്കണമെന്ന് അവൾ പറയുന്നുണ്ട്, നാളെ അതിന് സംഭവിക്കുന്നത് എന്തായിരിക്കും എന്ന് ചിന്തിച്ചു കാണണം റാണ. ചിത്രത്തിന്റെ ആദ്യഘട്ടത്തിൽ റാണയുടെ കയ്യിലെ മൊബൈൽ ഫോൺ ബോംബ് ആണെന്ന് കരുതി, വെടിവെക്കാൻ തുടങ്ങുന്ന പട്ടാളക്കാരൻ. സർവ്വതും ഒപ്പിയെടുക്കുന്ന നിരീക്ഷണ ക്യാമറയ്ക്ക് മുമ്പിൽ പ്രതിഷേധസൂചകമായി കോമാളിത്തരങ്ങൾ കാണിക്കുന്ന ഖലീൽ. ഇത്തരം എല്ലാ സംഘർഷങ്ങൾക്കിടയിൽ നടക്കുന്ന വിവാഹം, ഇസ്രായേൽ ഭീകരതയുടെ ശക്തി വളരെയധികം വർദ്ധിപ്പിക്കുന്നുണ്ട്.

പാലസ്തീൻ -ഇസ്രായേൽ സംഘർഷങ്ങൾ വ്യത്യസ്തരീതികളിൽ ആവിഷ്കരിക്കുന്ന ചിത്രങ്ങൾ നമുക്ക് കാണാം. അവയിൽ നിന്നും ഏറെ വിഭിന്നമാണ് റാണാസ് വെഡ്ഡിങ്. ആദ്യന്തം ഇസ്രായേൽ അധിനിവേശത്തിന്റെ സൂക്ഷ്മവും ശക്തവുമായ അടയാളങ്ങൾ ചിത്രത്തിന് ഊർജ്ജം പകരുന്നുണ്ട്. അത്തരം ഒരു അടയാളമാണ് ചിത്രത്തിലെ റോഡ് ബ്ലോക്കുകൾ.

പാലസ്തീൻ കഥാകാരിയും സംവിധായികയുമായ ലയന ബദർ (Layana Badr) ആണ് ചിത്രത്തിന്റെ കഥയും തിരക്കഥയും രചിച്ചിട്ടുള്ളത്.

പാരഡൈസ് നൗ
(2005)

ഹനി അബു അസ്സാദ് 2005ൽ നിർമ്മിച്ച 'പാരഡൈസ് നൗ' ആ വർഷത്തെ ഗോൾഡൻ ഗ്ലോബ് പുരസ്കാരമടക്കം നിരവധി അന്താരാഷ്ട്ര അംഗീകാരങ്ങൾ നേടിയിരുന്നു. അക്കാദമി അവാർഡിനായുള്ള പാലസ്തീൻ എൻട്രി ആയിരുന്നു അത്. വെസ്റ്റ് ബാങ്കിൽ, ജറുസലേമിൽ നിന്ന് അമ്പത് കിലോമീറ്റർ മാറി നാബ്ലസ് പട്ടണത്തിൽ കഴിയുന്ന ബാല്യകാല സുഹൃത്തുക്കൾ കേന്ദ്രസ്ഥാനത്തുള്ള ചിത്രം ഇസ്രായേൽ അധിനിവേശ പ്രദേശമായ വെസ്റ്റ് ബേങ്ക് പശ്ചാത്തലമാക്കുന്നു. വർക്ക് ഷോപ്പിൽ ജോലി ചെയ്യുന്ന സെയ്ദ്, ഖാലിദ് എന്നിവർ കുട്ടിക്കാലം മുതൽ സുഹൃത്തുക്കളാണ്. സെയ് ദിന്റെ പിതാവ്, ഇസ്രായേൽ പട്ടാളത്തിന്റെ സമ്മർദ്ദത്തിൽ അവർക്കായി ചാരപ്പണി ചെയ്തിരുന്നു. അയാൾ കൊല്ലപ്പെട്ടപ്പോൾ സെയ് ദിന് വെറും പത്തു വയസ്സുമാത്രം. ഇസ്രായേൽ പട്ടാളത്തിന്റെ അക്രമങ്ങൾ സഹിച്ചു കഴിയുന്ന നിരവധി പാലസ്തീൻ കുടുംബങ്ങളിൽപ്പെടുന്നു സെയ്ദു ഖാലിദും. ടെൽ അവീവിലെ ഇസ്രായേൽ പ്രതിരോധഗ്രൂപ്പ്, അവരെ ഒരു പ്രതിരോധ ആക്രമണപദ്ധതിയിൽ ഉൾപ്പെടുത്തുകയാണ്.

അതിനായി തയ്യാറെടുപ്പുകൾ നടത്തുകയാണ് രണ്ടു പേരും. സ്വന്തം ശരീരത്തിൽ ബോംബ് സ്ഥാപിച്ചശേഷം, തങ്ങളുടെ ദൗത്യം വിവരിക്കുന്ന വീഡിയോ ഷൂട്ട് ചെയ്തു രണ്ടു പേരും കൃത്യം നിറവേറ്റാനായി പുറപ്പെടുന്നു. ബോബ് പൊട്ടാതെ ഊരി മാറ്റാൻ ഉള്ള താക്കോൽ സംഘത്തലവന്റെ കൈയിലാണുള്ളത്. ഒരു ഇസ്രായേൽ പട്ടാള ചെക് പോസ്റ്റിൽ പതിനഞ്ച് മിനിറ്റ് ഇടവേളകളിൽ സ്ഫോടനം നടത്താനുള്ള നിർദ്ദേശത്തോടെ രണ്ടു പേരും ഇസ്രായേൽ അതിർത്തിയിൽ എത്തുന്നു. അവിടെ കാവൽ നിൽക്കുന്ന ഇസ്രായേൽ ഗാഡുകളെ കണ്ട് രണ്ടു പേരും പിന്തിരിയുന്നു. ഖാലിദ് തിരിച്ചു ഗ്രൂപ്പിന്റെ അടുത്തു എത്തുന്നു. എന്നാൽ സെയ്ദ് ഇസ്രായേൽ മേഖലയിൽ തന്റെ ദൗത്യം പൂർത്തികരിക്കാൻ യാത്ര തുടരുന്നു. ഒരു ബസ് ബോംബിട്ട് തകർക്കാൻ തീരുമാനിച്ചപ്പോൾ അതിൽ ഉള്ള കൊച്ചുകുട്ടിയുടെ മുഖം കണ്ട് അയാൾ അത് വേണ്ടെന്ന് വെക്കുകയാണ്.

സെയ്ദിന്റെ അസാന്നിദ്ധ്യം ചതിയായി സംഘം കണക്കാക്കുന്നെങ്കിലും ഖാലിദ് അയാൾക്ക് വേണ്ടി വാദിക്കുന്നു. കാമുകി സഹയെക്കണ്ട സെയ്ദ്, അവളുടെ കാറിൽ സഞ്ചരിച്ചു കൊണ്ട് തന്റെ ജീവിതകഥ പറയുന്നു. ഒരു അഭയാർത്ഥി ക്യാമ്പിൽ ജനിച്ച സെയ്ദ് ഒരു പ്രാവശ്യം മാത്രമാണ് ആ ജയിലിൽ നിന്നും പുറത്തു

പോയത്. അത് കുട്ടിക്കാലത്തെ ഒരു സർജറിക്കായിരുന്നു. ദുർബലരെ കണ്ടെത്തി അവരെ ഇസ്രായേലിനു ചാരപ്പണി ചെയ്യുന്നവരാക്കി മാറ്റുക പതിവായിരുന്നു. കുടുംബങ്ങളും, പാലസ്തീൻ പ്രതിരോധവും അതു വഴി അവർ തകർക്കുന്നു. അങ്ങനെയാണ് അവർ സെയ്ദിന്റെ പിതാവിനെ ഉപയോഗിച്ചതും ഒടുവിൽ അയാളെ വെടിവെച്ച് കൊന്നതും. "ദിവസം ചെല്ലുമ്പോൾ നമ്മുടെ അപമാനം കൂടിവരുന്നു, അതിന്റെ സന്ദേശം അവർക്ക് നൽകണം. അവർ ഒരേ സമയം ഇരയും വേട്ടക്കാരനുമായാൽ ഞാനും അതു പോലെയാകും. തുല്യരായി ജീവിക്കാൻ കഴിയില്ല എങ്കിൽ, തുല്യരായി മരിക്കുക. ചിന്തയിലും മനസ്സിലും സ്വർഗം നേടുക. ഇരയായി അഭിനയിക്കുന്ന ഇസ്രായേലിന്റെ ശരിയായ മുഖം വെളിപ്പെടുത്തുക." ഖാലിദിന് ഇതൊരു രാഷ്ട്രീയവിഷയം ആണെങ്കിൽ സെയ്ദ് അതൊരു വ്യക്തിപരമായ വിഷയമായും പരിഗണിക്കുകയാണ്. ഇസ്രായേൽ പട്ടാളം വെടി വെച്ച് കൊന്ന പിതാവിന്റെ ശവക്കല്ലറയിൽ കിടന്ന് ബോംബ് പൊട്ടിക്കാൻ ശ്രമിക്കുന്ന സെയ്ദിനെ ഖാലിദും സുഹയും ചേർന്ന് തടയുകയാണ്. ഒടുവിൽ, ഇസ്രായേൽ പട്ടാളം തിങ്ങിനിറഞ്ഞ ബസ്സിൽ, അരയിൽ കെട്ടിവെച്ച ബോംബ് പൊട്ടിക്കാൻ ശ്രമിക്കുന്ന സെയ്ദിന്റെ ക്ളോസപ്പിൽ ചിത്രം അവസാനിക്കുന്നു.

ഇസ്രായേലി അധിനിവേശ വെസ്റ്റ് ബേങ്കിൽ, പാലസ്തീനിലെ ജനങ്ങൾ അനുഭവിക്കുന്ന സംഘർഷങ്ങൾ തീവ്രതയോടെ ചിത്രീകരിക്കയാണ് പാരഡൈസ് നൗ. ഖാലിദും സെയ്ദും കൃത്യമായി ഇത് അനുഭവിപ്പിക്കുന്നുണ്ട്.തുടക്കം മുതൽ ഖാലിദ് തന്നെ ഏൽപ്പിച്ച ദൗത്യത്തിൽ

• പാരഡൈസ് നൗ

സംശയാലുവായിരുന്നു. ഇത് സെയ് ദിനെ ഓർമ്മിപ്പിക്കുന്നുമുണ്ട് അയാൾ. എന്നാൽ തന്റെ പിതാവ് നേരിട്ട ദുരന്തം, അത് പോലെ അനവധി പാലസ്തീൻകാർ നേരിട്ട ദുരന്തങ്ങൾ എന്നിവ മറക്കാൻ കഴിയാതെ തന്റെ ദൗത്യം നിറവേറ്റുന്നു അയാൾ. അത് വഴി തന്റെ സ്വർഗം കണ്ടെത്തുകയായിരുന്നു സെയ്ദ്.

• ഹനി അബു അസ്സാദ്

ഈ ചിത്രത്തിന്റെ ഷൂട്ടിംഗ് സമയത്ത്, നിരവധി തവണ സംവിധായാകനും മറ്റുള്ളവരും ഇസ്രായേൽ ആക്രമണങ്ങൾ നേരിട്ടിരുന്നു. ബോംബ് സ്ഫോടനം, മിസൈൽ ആക്രമണം എന്നിവ പതിവായിരുന്നു. എന്നിട്ടും ചിത്രം പൂർത്തിയാക്കിയ ശേഷം മാത്രമേ അവർ പിൻവാങ്ങിയുള്ളൂ. ചിത്രം നേടിയ ഗോൾഡൻ ഗ്ലോബ് പുരസ്കാരം പാലസ്തീൻ ജനത സ്വാതന്ത്ര്യവും തുല്യതയും അർഹിക്കുന്നു എന്നതിന് തെളിവാണ് എന്ന് സംവിധായകൻ പറയുന്നു. ജൂതവംശജരുടെ മനസാക്ഷിയിലാണ് എന്റെ പ്രതീക്ഷ എന്നും അസ്സാദ് കൂട്ടിച്ചേർക്കുന്നു. അക്കാദമി അവാർഡിനായി മത്സരിച്ചപ്പോൾ ചിത്രം വിവാദങ്ങൾക്ക് വഴിവെച്ചു. പാലസ്തീൻ ഒരു രാജ്യമാണോ എന്ന ചോദ്യം അംഗങ്ങൾ ഉന്നയിച്ചു. എന്നാൽ, ഹോങ്കോങ്ങ്, തായ് വാൻ എന്നിവ ചൂണ്ടിക്കാട്ടി പ്രശ്നം പരിഗണിക്കപ്പെട്ടു.

'പാരഡൈസ് നൗ', ഹനി അബു അസ്സാദിന്റെ ഒരു പ്രധാന ചിത്രവും പാലസ്തീൻ സിനിമയിലെ ശ്രദ്ധേയമായ രചനയുമാണ്.

ഒമർ
(Omar, 2013)

ഇസ്രായേൽ പട്ടാളത്തിനെതിരെ പ്രതിരോധ പ്രവർത്തനങ്ങൾ നടത്തിക്കൊണ്ടിരിക്കുന്ന മൂന്നു പാലസ്തീൻ ബാല്യകാല സുഹൃത്തുക്കൾക്കിടയിലെ സംഘർഷങ്ങൾ ആണ് ഒമർ പ്രമേയമാക്കുന്നത്. ഇസ്രായേൽ സൈനികരുമായി നേരിട്ടും അല്ലാതെയും ഉള്ള വെടിവെപ്പ്, ആദ്യന്തം ചിത്രത്തിൽ നമുക്ക് കാണാൻ കഴിയുന്നു. ബേക്കറിയിൽ ജോലി ചെയ്യുന്ന ഒമർ, സുഹൃത്തുക്കളായ, താരെക്ക്, അംജദ്

താരെക്കിന്റെ സഹോദരി സ്കൂൾ വിദ്യാർത്ഥിനി നാദിയ എന്നിവരാണ് ചിത്രത്തിലെ മുഖ്യ കഥാപാത്രങ്ങൾ. വെസ്റ്റ് ബാങ്ക് വേർതിരിക്കുന്ന മതിൽ, തന്റെ കാമുകിയെ കാണാനായി ചാടിക്കടക്കുന്ന ഒമറിൽ ആണ് ചിത്രം ആരംഭിക്കുന്നത്. ഇത് ഇസ്രായേൽ പട്ടാളക്കാർ കണ്ടതോടെ അയാൾ പിടിക്കപ്പെട്ടുകയും ശിക്ഷിക്കപ്പെട്ടുകയും ചെയ്യുന്നു. തുടർന്ന് ഇസ്രായേലി പട്ടാളത്തിനെതിരെ പല ഘട്ടങ്ങളിൽ മൂന്നു സുഹൃത്തുക്കളും ചേർന്ന് ആക്രമണങ്ങൾ നടത്തുന്നു. ആദ്യശ്രമത്തിൽ, ഒരു ചെക്പോസ്റ്റിൽ നടത്തിയ ആക്രമണത്തിൽ ഒരു ഇസ്രായേലി പട്ടാളക്കാരൻ കൊല്ലപ്പെട്ടുന്നു. അത് ചെയ്ത ആളെ കണ്ടെത്താൻ റമിയെന്ന പട്ടാള ഓഫിസറുടെ നേതൃത്വത്തിൽ രൂപീകരിച്ചസംഘം പല വഴികളിൽ ശ്രമിക്കുന്നു. ഇതിന്റെ പേരിൽ ജയിലിൽ നിന്നും പുറത്തിറങ്ങിയ ഒമറിനെ ഒരു ചാരനായി മാത്രം ജനങ്ങൾ കാണുകയാണ്. അതോടെ കാമുകി നാദിയ അയാളിൽ നിന്ന് അകലുന്നു. താൻ അവളെ സ്നേഹിക്കുന്നു എന്ന് പറയുന്ന സുഹൃത്ത് അംജദ്, തന്റെ കുട്ടി അവളിൽ വളരുന്നുണ്ട് എന്ന് കള്ളം പറയുന്നു. കേട്ട ഉടൻ ഒമർ പൊട്ടിത്തെറിക്കുന്നെങ്കിലും പിന്നീട് അയാൾ ശാന്തനാകുകയാണ്.

മൂന്നു സുഹൃത്തുക്കളും ഉള്ള ഘട്ടത്തിൽ പട്ടാളം വെടിയുതിർക്കുന്നു. ആകസ്മികമായി താരക്ക് കൊല്ലപ്പെട്ടുന്നു. ഒമറിന്റെ ദൗത്യം അവസാനിക്കുന്നു. ഒടുവിൽ, റമിയെ കൊന്ന് ഒമർ പകരം വിട്ടുന്നു.

നിരവധി സംഭവങ്ങൾ ആവിഷ്ക്കരിച്ചുകൊണ്ട്, അധിനിവേശ പ്രതിരോധങ്ങൾക്കിടെ, മൂന്നു സുഹൃത്തുക്കൾക്കിടയിൽ നടക്കുന്ന ചതി, വഞ്ചന, സ്നേഹം, പ്രേമം, ആത്മരക്ഷയ്ക്കായുള്ള ശ്രമങ്ങൾ ഇവയുടെ സങ്കീർണ്ണമായ കാഴ്ച്ചകളാണ് ഒമർ പ്രേക്ഷകരിൽ എത്തിക്കുന്നത്. ഇസ്രായേൽ പട്ടാളത്തിന്റെ ചതിയിൽ തകരുന്ന പാലസ്തീൻ പ്രതിരോധവും അതിന്റെ തിരിച്ചടികളും ചിത്രം ശക്തമായി ദൃശ്യവൽക്കരിക്കുന്നു.

ഒമർ, 2013 കാൻ ചലച്ചിത്ര മേളയിൽ uncertain regard വിഭാഗത്തിൽ പ്രദർശിപ്പിച്ചതിന് പുറമെ, അതേ വർഷത്തെ ടൊറന്റോ ചലച്ചിത്ര മേളയിൽ പ്രദർശിപ്പിക്കപ്പെട്ടുകയും, മികച്ച വിദേശ ചിത്രത്തിനുള്ള അക്കാദമി പുരസ്കാരം നേടുകയും ചെയ്തു.

രാഷ്ട്രീയത്തിന്റെ കാവ്യശാസ്ത്രം.

ഹനി അബു അസ്സാദുമായി പത്രപ്രവർത്തക Isis Nusair നടത്തിയ അഭിമുഖം:--

ചോ: എങ്ങനെയാണ് ചലച്ചിത്ര രംഗത്ത് എത്തുന്നത്?

അസ്സാദ് : നസ്രേത്തിലെ ഹൈസ്കൂളിൽ നിന്ന് ബിരുദം നേടിയ ഞാൻ, ഏറോനോട്ടിക് എൻജിനിയറിങ് പഠിക്കാൻ നെതർലണ്ടിലേക്ക് പോയി. അവിടെ എഞ്ചിനിയറായി രണ്ട് വർഷം ജോലി ചെയ്തു. എന്നാൽ എന്റെ മനസ്സിൽ മുഴുവൻ സിനിമയായിരുന്നു. തിരിച്ച് വന്നു, കുറച്ചു കാലം പിതാവിനൊപ്പം ജോലി ചെയ്തു. അക്കാലത്തു റഷിദ് മഷർവായി ഡോക്യുമെന്ററികൾ നിർമ്മിക്കുന്നുണ്ടായിരുന്നു. അദ്ദേഹത്തിന്റെ ഒന്ന് രണ്ട് ചിത്രങ്ങൾ നിർമ്മിച്ച ശേഷം, തിരിച്ച് നെതർലണ്ടിൽ പോയി, സിനിമയിൽ നല്ല രീതിയിൽ പരിശീലനം നേടി. തിരിച്ചു വന്ന് സ്വന്തമായി സിനിമ സംവിധാനം ചെയ്യാൻ തുടങ്ങി. ആദ്യ ഫീച്ചർ '14th ചിക്കൻ' 1998ലും, 'നസ്രേത്ത്" 2000 ലുമാണ് സംവിധാനം ചെയ്തത്. 2002 ൽ സംവിധാനം ചെയ്ത 'റാണാസ് വെഡ്ഡിങ്", 2002ലെ 'ഫോഡ് ട്രാൻസിറ്റ്', 2005 ലെ 'പാരഡൈസ് നൗ', എന്നിവ ലോകശ്രദ്ധ നേടിയിരുന്നു. എന്നാൽ 2012 ചിത്രം, 'The Courier' വേണ്ട പോലെ വിജയിച്ചില്ല. പിന്നീട് 'ഒമർ', 2013ലും 'The idol' 2015ലും സംവിധാനം ചെയ്തു.

ചോ: ഡോക്യുമെന്ററി നിർമ്മിച്ചുകൊണ്ടാണ് താങ്കൾ സംവിധാനത്തിലേക്ക് കടക്കുന്നത് അല്ലേ?

അസ്സാദ്: അതെ. നസ്രേത്തിലെ ഗ്യാസ് സ്റ്റേഷൻ ഒരു പ്രധാന കേന്ദ്രമാണ്. അവിടെ വെച്ചാണ് ആളുകൾ തങ്ങളുടെ കഥകൾ പറയുന്നത്. അപ്പോഴാണ് ഞാൻ ഫീച്ചറും ഡോക്യുമെന്ററിയും തമ്മിലുള്ള വ്യത്യാസം തിരിച്ചറിയുന്നത്.

ചോ: 'ഫോഡ് ട്രാൻസിറ്റ്' ലും വാൻ ഒരു സ്റ്റേജ് ആയി മാറുന്നുണ്ട്. ആളുകൾ അവിടെ വന്നു കഥകൾ പറഞ്ഞു പിരിഞ്ഞു പോകുന്നു.

അസ്സാദ്: അത് ഫീച്ചറിനും ഡോക്യുമെന്ററിക്കും ഇടയിൽ ഉള്ള ചിത്രമാണ്. അതിൽ വാൻ, തിയ്യേറ്റർ സ്റ്റേജ് ആയി മാറുകയാണ്. പറയാനുള്ളത് നേരത്തെ തയ്യാറാക്കി അവിടെ വന്നു അവതരിപ്പിക്കുന്നവരും അല്ലാത്തവരും ചിത്രത്തിൽ ഉണ്ട്.

ചോ: 'പാരഡൈസ് നൗ' വിൽ താങ്കൾ പൂർണമായും ഫീച്ചർ ഫിലിമിലേക്ക് മാറുകയാണ്.

അസ്സാദ്: അതിൽ യാഥാർത്ഥ്യത്തെ പ്രമേയമാക്കി മാറ്റാൻ ആണ്

ഞാൻ ശ്രമിച്ചത്. യഥാർത്ഥ സംഭവങ്ങളെ പെരുപ്പിച്ച കാണിച്ച എങ്ങനെ മെലോഡ്രാമ കൊണ്ടുവരാം എന്നാണ് ഞാൻ ആലോചിച്ചത്. ചിത്രത്തിന് ഒരു നിയോറിയലിസ്റ്റ് രീതിയുണ്ട്. കാരണം, തെരുവിൽ നടക്കുന്ന സംഭവങ്ങൾ ഒരു കഥയായി മാറുകയാണ്. ഞങ്ങൾ ക്യാമറയും ചുമന്ന കൊണ്ട് തെരുവിലൂടെ നടന്നു നീങ്ങുകയായിരുന്നു. അങ്ങനെ നിശ്ശബ്ദമായ, നാടകീയ സംഭവങ്ങൾക്ക് ഒരു സ്റ്റുഡിയോ ഇഫക്ട് ഉണ്ടാക്കാൻ കഴിഞ്ഞു. ഒമറിൽ, ആക്ഷൻ കോമഡി, ട്രാജിക് കോമഡി ഇവ ഒന്നിച്ച ചേർക്കുകയായിരുന്നു.

ചോ: പാരഡൈസ് നൗവിൽ 'അവസാന അത്താഴത്തി'ന്റെ ഒരു ദൃശ്യം ഉണ്ടല്ലോ. അത് ഗംഭീരമാണ്.

അസ്സാദ്: അവസാനത്തെ അത്താഴം ഞാൻ പുനഃസൃഷ്ടിക്കയായിരുന്നു. അത് നടക്കുന്നത് ഉത്തര ജറുസലേമിൽ ആണ്. ഒരു മിത്തിന് പശ്ചാത്തലമായി 'പാരഡൈസ് നൗ' വിലെ യാഥർത്ഥ്യം മാറുകയാണ്. താൻ ആ മിത്തിന്റെ ഭാഗമാവുമെന്ന് സെയ് ദിന് അറിയാമായിരുന്നു. ഡാവിഞ്ചിയുടെ അവസാനത്തെ അത്താഴം പുനർ നിർമ്മിക്കയായിരുന്നു. വിളക്കിനു പകരം ഫ്ലൂറസെന്റ് ലാംപ് ഉപയോഗിച്ചു എന്ന് മാത്രം. (ചിരിക്കുന്നു). സിനിമാറ്റിക്ക് ലാൻഡ് സ്കേപ്പിൽ ഒരു അവസാന അത്താഴം പുനഃസൃഷ്ടിച്ചുകൊണ്ടാണ് ചിത്രം നിർമ്മിച്ചത്.

ചോ: Poetics ഉം Politics തമ്മിൽ എന്ത് ബന്ധമാണ് താങ്കൾ കാണുന്നത്.

അസ്സാദ് : നമുക്ക് ഒരു സാംസ്കാരിക ചരിത്രം ഉണ്ട്. അത് വെല്ലുവിളിക്കപ്പെടുമ്പോൾ നിങ്ങൾ രാഷ്ട്രീയമായി അത് കൈകാര്യം ചെയ്യാൻ നിർബ്ബന്ധിതരാവുന്നു. 'പാരഡൈസ് നൗ'വിലും 'ഒമറി'ലും ഇസ്രായേൽ അധിനിവേശത്തിനെതിരെ ചർച്ചകൾ നടക്കുന്നു. 'The idol', പാലസ്തീനികൾക്ക് വേരുകൾ ഇല്ല എന്ന ആരോപണത്തെ നേരിടുന്നു. ഇത് രാജ്യത്തിന്റെ ചരിത്രപരവും സാംസ്കാരികവുമായ പ്രത്യേകത ആകാം. അതേസമയം ഇതൊരു ആഗോള അവസ്ഥയുമാണ്. മറ്റു രാജ്യങ്ങളിൽ ഏറ്റവും അധികം പ്രദർശിപ്പിച്ച അറബ് ചിത്രമാണ് 'The idol'. നിറയെ സംഗീതമുള്ള, കലാപരമായി മേന്മയുള്ള കഥയാണ് പാലസ്തീനിലെ ജനങ്ങൾക്ക് പറയാനുള്ളത്. അവർ ഇരകൾ അല്ല, ആത്മനിന്ദ എന്നതാണ്.

ചോ: താങ്കളുടെ, പുതിയ ചിത്രം 'ദ മൗണ്ടൻ ബിറ്റ്‌വീൻ അസ്', പാലസ്തീനിൽ നിന്നുള്ള പിൻവാങ്ങൽ ആണോ?

അസ്സാദ് : ലോകം കിഴടക്കിയ സിനിമാ വ്യവസായത്തെ നേരിട്ട്

അറിയാനുള്ള അവസരം ആയിരുന്നു അത്. എനിക്ക് ധാരാളം പഠിക്കാൻ കഴിഞ്ഞു. ഹോളിവുഡിലെ പാലസ്തീൻ സംവിധായകൻ എന്നത് ഒരു നേട്ടം തന്നെയാണ്.

ചോ: അതിർത്തികൾ കടക്കുന്നതും അതിജീവനവുമൊക്കെ ആണല്ലോ ചിത്രം വിഷയമാക്കുന്നത്.?

അസ്സാദ്: എന്നെ സംബന്ധിച്ചടത്തോളം രണ്ട് പ്രധാന പ്രമേയങ്ങൾ 'The Mountain Between us' വിഷയമാക്കുന്നുണ്ട്. അതിജീവനവും സ്നേഹവും അവ രണ്ടും ഒന്ന് തന്നെ ആണല്ലോ. സ്നേഹിക്കുന്നവർക്ക് ഒപ്പം കഴിയാനാണല്ലോ നാം അതിജീവിക്കുന്നത്? അതുപോലെ, നാം സ്നേഹത്തിൽപ്പെട്ടുന്നത് അതിജീവിക്കാനല്ലേ? ഒരു മുഖ്യധാര ചിത്രം ഈ വിഷയത്തിൽ നിർമ്മിക്കുക ഒരു വെല്ലുവിളി തന്നെ യായിരുന്നു. എനിക്ക് വെല്ലുവിളികൾ ഇഷ്ടമാണ്. എന്റെ മുഴുവൻ ചിത്രങ്ങൾ പരിശോധിച്ചാൽ അവയിൽ സാധാരണ മനുഷ്യർ അസാധാരണ അവസ്ഥകളിൽ എത്തിപ്പെട്ടുന്നത് കാണാം. ഇത് മൂല്യങ്ങളെക്കുറിച്ചും കാഴ്ച്ചപ്പാടിനെക്കുറിച്ചും അന്വേഷിക്കാനും ചിന്തിക്കാനും നമ്മെ പ്രേരിപ്പിക്കുന്നു.. അതോടൊപ്പം അനീതികളെ ചോദ്യം ചെയ്യാൻ നമ്മോട് ആവശ്യപ്പെട്ടുകയും ചെയ്യുന്നു.

5
മിഷേൽ ക്ളൈഫി: ഓർമ്മകൾ കൊണ്ട് ചിത്രങ്ങൾ നിർമ്മിച്ച ചലച്ചിത്രകാരൻ

1980കളിൽ പാലസ്തീൻ സിനിമയിൽ ശ്രദ്ധേയമായ സംഭാവനകൾ നൽകിയ ചലച്ചിത്രകാരനാണ് മിഷേൽ ക്ളൈഫി (Michel Khleiefi). 1950 ൽ നസ്രേത്തിൽ ജനിച്ച ക്ളൈഫി, എഴുത്തുകാരൻ, സംവിധായകൻ, നിർമ്മാതാവ് എന്നീ നിലകളിൽ ലോക പ്രസിദ്ധനാണ്. പാലസ്തീനിൽ നിന്ന് ബൽജിയത്തിലെ ബ്രസൽസിൽ താമസമാക്കിയ അദ്ദേഹം, നാടകപരിശീലനം നടത്തി, ബൽജിയം ടെലിവിഷനിൽ ഷോർട് ഫിലിമുകൾ നിർമ്മിച്ച് തുടങ്ങി. അവിടെ ആരംഭിച്ച ചലച്ചിത്രസംവിധാനം ഇപ്പോഴും അദ്ദേഹം തുടരുന്നു. ഇപ്പോൾ ക്ളൈഫി, കലാപഠനത്തിന് പ്രോത്സാഹനം കൊടുക്കുന്ന ഇൻസ്റ്റിറ്റ്യൂട്ട്, INSAS ലെ അധ്യാപകൻ ആണ്. 1980 ൽ 'ഫെർടൈൽ മെമ്മറി' (Fertile Momory) എന്ന ചിത്രത്തോടെ ആരംഭിച്ച ചലച്ചിത്രജീവിതം അദ്ദേഹം ഇപ്പോഴും സജീവമായി തുടരുകയാണ്. 2009 ൽ സംവിധാനം ചെയ്ത 'Zinqueeq' ആണ് മിഷേൽ ക്ളഫിയുടെ ഏറ്റവും പുതിയ ചിത്രം. 2016 തിരുവനന്തപുരം അന്താരാഷ്ട്ര ചലച്ചിത്രോൽസവ ജ്യൂറി ചെയർമാനായിരുന്നു അദ്ദേഹം.

ചെറുപ്പകാലത്ത്, നാടകപഠനത്തിനായി വിദേശത്ത് പോകാനിരുന്നപ്പോൾ ഇസ്രായേലി പട്ടാളം അദ്ദേഹത്തെ തടവിലാക്കി ക്രൂരമർദ്ദനങ്ങൾക്ക് വിധേയനാക്കിയിരുന്നു. ബൽജിയത്തിലെ

• മിഷേൽ ക്ളൈഫി.

നാടക-ടെലിവിഷൻ പഠനങ്ങൾക്ക് ശേഷം നസ്രേത്തിൽ തിരിച്ചെത്തിയ മിഷേൽ ക്ളൈഫി 1978ൽ തന്റെ ആദ്യചിത്രം 'ഫെർറ്റേൽ മെമ്മറി' നിർമ്മിച്ചത് വെസ്റ്റ് ബേങ്ക് ഗ്രീൻ ലൈൻ വിവാദ പ്രദേശത്ത് വെച്ചായിരുന്നു. അവിടെ വെച്ച് ആദ്യമായി ഷൂട്ട് ചെയ്ത മുഴുനീള ചിത്രം ആണത്. ഒരേ സമയം ഇസ്രായേൽ അധിനിവേശവും ഭർത്താവിന്റെ പീഡനങ്ങളും അനുഭവിയ്ക്കുന്ന സ്ത്രീകളുടെ കഥയാണിത്. പാലസ്തീൻ സിനിമയിൽ നിന്നുള്ള ക്രിയാത്മാകമായ വ്യതിയാനം ആയാണ് നിരൂപകർ ഇതിനെ കാണുന്നത്. ലോകത്തിന്റെ വിവിധഭാഗങ്ങളിൽ പ്രദർശിപ്പിച്ച ഈ ഡോക്യുമെന്ററി 1981 കാൻ ചലച്ചിത്രോൽസവത്തിൽ Critics Week വിഭാഗത്തിൽ പ്രദർശിക്കപ്പെട്ടിരുന്നു. ചിത്രത്തെക്കുറിച്ച് പ്രസിദ്ധ ചിന്തകൻ എഡ്വവേഡ് സെയ്ദ്ന്റെ അഭിപ്രായം ശ്രദ്ധേയമാണ് "സിനിമയിലോ മറ്റേതെങ്കിലും ചിത്ര (picture) ത്തിലോ ഒരാൾ പാലസ്തീനിൽ നിൽക്കുന്ന ചിത്രം നാം കാണുകയാണെങ്കിൽ അത് പലസ്തീൻ ജനതയെയും പലസ്തീൻ പ്രദേശത്തെയും ബന്ധപെടുത്തുന്ന ഒരു ഉട്ടോപ്യൻ ചിത്രം മാത്രമായിരിക്കും." തന്റെ മാതാവിനെയും മറ്റുള്ളവരെയും തങ്ങളുടെ പ്രദേശത്ത് നിന്ന് ഒഴിപ്പിച്ച്, സ്ഥലം കൈക്കലാക്കിയ ഇസ്രായേൽ ഭരണകർത്താക്കളെ അപ്പോൾ അദ്ദേഹം ഓർത്തിട്ടുണ്ടാവാം.

ക്ളൈഫിയുടെ ആദ്യ ഫീച്ചർ ഫിലിം 'വെഡിംഗ് ഇൻ ഗലിലീ' (Wedding in Galilee, 1987) ഇസ്രായേലി അധിനിവേശമേഖലയിൽ നടക്കുന്ന പാലസ്തീൻ വിവാഹത്തിന്റെ കാഴ്ചകളാണ് രേഖപ്പെടുത്തുന്നത്. അധിനിവേശത്തിന്റെ അന്തരീക്ഷം തീവ്രമായി ആവിഷ്കരിക്കുന്ന ചിത്രം ശക്തമായ സ്ത്രീ കഥാപാത്രങ്ങളുടെ സാന്നിധ്യം കൊണ്ട് ശ്രദ്ധേയമാണ്. 1988 ലെ Catharage Film Festival ൽ ഗോൾഡൻ പ്രൈസ്, കാൻ ചലച്ചിത്രോൽസവത്തിൽ ക്രിട്ടിക്സ് പുരസ്കാരം, P.L.O Film Award എന്നിവ ചിത്രം നേടി. പാലസ്തീൻ പ്രതിരോധത്തിന് തീവ്രത പോരെന്നുള്ള വിമർശനം ചിത്രം നേരിട്ടെങ്കിലും ഇപ്പോഴും പാലസ്തീൻ

സിനിമയിലെ ഒരു പ്രധാന രചനയായി ഈ ചിത്രം പരിഗണിക്കപ്പെട്ടുന്നുണ്ട്. 1948 ൽ സ്വന്തം നാടായ നസ്രേത്തിൽ നടന്ന പാലസ്തീൻ കുടിയൊഴിപ്പിക്കലിന്റെ ചിത്രീകരണമാണ് 'Maaloul Celebrates its Destruction' എന്ന ഡോക്യുമെന്ററി. പാലസ്തീൻ സിനിമ ലോക ചലച്ചിത്രരംഗത്തെത്തിക്കുന്നതിൽ പ്രധാന പങ്ക് വഹിച്ചു. മിഷേൽ ക്ലൈഫിയുടെ മറ്റ് പ്രധാന ചിത്രങ്ങൾ 'Cantide of Stone (1990)', 'Forbidden Marriage in Holy Land (1995)', 'Route 181 (2004)', 'Zinqeeq (2009)' എന്നിവയാണ്. ഡോക്യുമെന്ററിയും ഫിക്ഷനും തമ്മിലുള്ള മാഞ്ഞുപോകുന്ന അതിർവരമ്പുകൾ ക്ലൈഫി ചിത്രങ്ങളുടെ പ്രത്യേകതയാണ്. നഷ്ടപ്പെട്ട പാലസ്തീൻ തിരിച്ചു പിടിക്കാൻ, യാഥാർത്ഥ്യ ബോധത്തോടെയുള്ള പോരാട്ടം മിക്കവാറും എല്ലാ ക്ലൈഫി ചിത്രങ്ങളിലും കാണാവുന്നതാണ്.

ഫെർട്ടൈൽ മെമ്മറി
(Fertile Memory, 1981)

രണ്ടു സ്ത്രീകളുടെ ഓർമ്മകളിലൂടെയും കാഴ്ച്ചപ്പാടുകളിലൂടെയും സഞ്ചരിക്കുന്ന ഫെർട്ടയിൽ മെമ്മറി. ജീവിതസായാഹ്നത്തിൽ എത്തിയ റുമിയ ഫാറ. ഇസ്രായേൽ പാലസ്തീൻ യുദ്ധങ്ങളും അവയുണ്ടാക്കിയ ജീവിത ദുരന്തങ്ങളും അവർ അനുഭവിച്ചു. യുദ്ധത്തിൽ മരിച്ച ഭർത്താവിനേയും, അതിനു ശേഷം ഒറ്റയ്ക്ക് രണ്ടു മക്കളെ പാടുപെട്ട് വളർത്തിയതും അവർ ഓർമ്മിക്കുന്നു. ഇപ്പോഴും ജോലി ചെയ്യേണ്ട അവസ്ഥ. പള്ളിമേടയിൽ

• ഫെർട്ടൈൽ മെമ്മറി

ജോലി ചെയ്ത ഇരുപത് വർഷങ്ങൾ. ഇസ്രായേൽ ബലം പ്രയോഗിച്ച തട്ടിയെടുത്ത തന്റെ ഭൂമി ഇപ്പോഴും അവരുടെ കൈയിൽ തന്നെ. ചുറ്റും നടന്നുകൊണ്ടിരിക്കുന്ന സംഘർഷങ്ങൾ. ഇങ്ങനെ പോകുന്നു റുമിയ ഫറായുടെ കഥ. എന്നാൽ താരതമ്യേന പ്രായം കുറഞ്ഞ സഹറിന്റേത് വ്യത്യസ്തമായ അനുഭവങ്ങൾ ആണ്. അവർ പതിനാറു വർഷത്തെ കുടുംബജീവിതം അവസാനിപ്പിച്ച വിവാഹമോചനം നേടി. വിദ്യാഭ്യാസം പൂർത്തിയാക്കി സർവ്വകലാശാലയിൽ അധ്യാപികയായി ജോലി ചെയ്യുന്നു. പുസ്തകങ്ങൾ എഴുതി പ്രസിദ്ധികരിക്കുന്നു.

ഈ രണ്ട് പേരുടെയും ജീവിതം ഇസ്രായേൽ അധിനിവേശത്താൽ സ്വാധിനിക്കപ്പെട്ടിരിക്കുന്നു. തങ്ങളുടേതായ രീതികളിൽ അധിനിവേശം ചെറുക്കൻ ശ്രമിക്കുന്നു അവർ. തന്റെ ഭൂമി നിയമവിരുദ്ധമായി തട്ടിയെടുത്ത ഇസ്രായേൽ ഭരണാധികാരികൾക്കെതിരെ നിയമയുദ്ധം നടത്തുന്നു റുമിയ ഫാറ. കുടുബാംഗങ്ങൾ ലോകത്തിന്റെ പല ഭാഗങ്ങളിൽ ചിതറിപ്പോയെങ്കിലും ഇസ്രായേലി വസ്ത്രഫാക്ടറിയിൽ ജോലി ചെയ്യുന്നു അവർ.

എന്നാൽ സഹർ, വിവാഹമോചനം നേടി, തന്റെ ജോലിയുമായി മകൾക്കൊപ്പം കഴിയുമ്പോൾ ആധുനിക നിലപാടുകളോടെ ഇസ്രായേൽ അധിനിവേശത്തെ കടന്നാക്രമിക്കുന്നു. ഈ രണ്ടു പേരും ആത്യന്തികമായി ലക്ഷ്യം വെക്കുന്നത് ഇസ്രായേൽ അധിനിവേശത്തോടുള്ള ചെറുത്തു നിൽപ്പും അതിൽ നിന്നുള്ള മോചനവും തന്നെയാണ്.

മിഷേൽ ക്ളൈഫിയുടെ ആദ്യചിത്രം എന്ന നിലയിൽ ഫെർട്ടയിൽ മെമ്മറി ഏറെ ശ്രദ്ധിക്കപ്പെട്ടിരുന്നു. മറ്റു അറബി ചിത്രങ്ങളിൽ നിന്ന് വ്യത്യസ്തമായ, സവിശേഷമായൊരു ഘടന ചിത്രം സൂക്ഷിക്കുന്നുണ്ട്. മറ്റ് അറബ് ചിത്രങ്ങളിൽ കാണാൻ കഴിയാത്ത ഡോക്യുമെന്ററി, ഫിക്ഷൻ, റിച്വൽ തുടങ്ങിയ രൂപങ്ങളിൽ ശക്തമായ ഓർമ്മകൾ ചിത്രം ആവിഷ്കരിക്കുന്നു. 1948ന് മുമ്പുള്ള കാലം, തങ്ങളുടെ നഷ്ടപ്പെട്ട ഭൂമി, സ്വപ്നങ്ങൾ, ഓർമ്മകൾ, എന്നിവ ഇഴചേർത്ത് ശക്തമായ പ്രതിരോധം ആയി ചിത്രം മാറുന്നുണ്ട്.

വെഡ്ഡിങ് ഇൻ ഗലീലി.
(Wedding in Galeeli, 1987)

1987 ൽ മിഷേൽ ക്ളൈഫി സംവിധാനം ചെയ്ത 'വെഡ്ഡിങ് ഇൻ ഗലീലി', പാലസ്തീൻ ഗ്രാമങ്ങളിലെ ജനങ്ങളോട് ഇസ്രായേൽ പട്ടാളക്കാർ സ്വീകരിക്കുന്ന സമീപനം വ്യക്തമാക്കുന്നു. ഭൂരിപക്ഷം പാലസ്തീനികളും സ്വന്തം അഭിമാനം നിലനിർത്താൻ പ്രതിജ്ഞാബദ്ധരാണ് എന്ന് ചിത്രം വ്യക്തമാക്കുന്നു.

• വെഡ്ഡിങ് ഇൻ ഗലീലി

പാലസ്തീൻ ജനതയുടെ ആത്മാഭിമാനത്തിന്റെ കഥയായി ചിത്രത്തെ വായിച്ചെടുക്കാം. അതോടൊപ്പം ഇസ്രായേൽ പട്ടാളത്തിന്റെ പാലസ്തീൻകരോടുള്ള അവജ്ഞാപൂർവ്വമായ സമീപനത്തിന്റെ കാഴ്ചയായും ചിത്രം മാറുന്നു.

ഇസ്രായേൽ മിലിറ്ററി ആസ്ഥാനത്തിന്റെ കാഴ്ചയിലാണ് ചിത്രം ആരംഭിക്കുന്നത്. ഗ്രാമത്തിലെ മേയർ, തന്റെ മകന്റെ വിവാഹം നടത്താനുള്ള അനുമതിക്കായി പട്ടാളഗവർണറെ കാണുന്നു. എന്നാൽ ദേഷ്യത്തോടെ ഗവർണ്ണർ അയാളെ പുറത്താക്കുന്നു. സമർത്ഥനായ ഗവർണ്ണറുടെ സഹായി പട്ടാള ഉദ്യോഗസ്ഥരെ ക്ഷണിക്കയാണെങ്കിൽ അനുമതി കൊടുക്കാം എന്ന് പറയാൻ ഗവർണ്ണറോട് ആവശ്യപ്പെടുകയാണ്. ഇതനുസരിച്ച ഗവർണർ വിവാഹത്തിന് അനുമതി കൊടുക്കുന്നു.

എന്നാൽ ഗ്രാമത്തിൽ, ഇതിനെ മിക്കവരും, പ്രത്യേകിച്ച് ചെറുപ്പക്കാർ എതിർക്കുന്നു. ഇസ്രായേൽ പട്ടാളത്തിന് കിഴടങ്ങിയെന്ന് അവർ ആരോപിച്ചു. ആത്മാഭിമാനം നഷ്ടപ്പെടുത്തിക്കൊണ്ട് ഒരു ആഘോഷവും വേണ്ട എന്നവർ പറയുന്നു."No festival without diginity, no dignity under the heel of the army" എന്നായിരുന്നു അവരുടെ പ്രതികരണം. കുറച്ച് ചെറുപ്പക്കാർ വിവാഹത്തിന് വരുന്ന ഗവർണ്ണറെ വധിക്കാൻ പരിപാടി ഇടുന്നുണ്ട്. എന്നാൽ മേയറും മറ്റ് മുതിർന്നവരും ചേർന്ന് അവരെ പിന്തിരിപ്പിക്കുന്നു.

വിവാഹത്തിനു ശേഷം വധുവരന്മാരുടെ ആദ്യരാത്രി വരുന്നു. വരൻ അദേൽ തുടക്കം മുതൽ പിതാവിന്റെ തീരുമാനത്തിന് എതിർപ്പ് പ്രകടിപ്പിച്ചിരുന്നു. അതിന്റെ സൂചനയായി, ആദ്യരാത്രി ഒരു ഭർത്താവ് എന്ന നിലയിൽ അയാൾ പരാജയപ്പെടുന്നു. ഇസ്രായേൽ പട്ടാളത്തിന്റെ സാന്നിധ്യത്തിന്റെ സൂചനയായി ഇത് കാണാം. അപമാനിതരായ കുടുംബത്തെ രക്ഷിക്കുന്നത് വധു സാമിയ ആണ്. കിടക്കവിരിയിൽ രക്തക്കറ കണ്ടതോടെ കുടുംബം ആശ്വസിക്കുന്നു "ഒരു സ്ത്രീയുടെ

ആത്മാഭിമാനം കന്യകാത്വമാണ് എങ്കിൽ പുരുഷന്റേത് എന്താണ്?" എന്ന ചോദ്യം സാമിയ ഉന്നയിക്കുമ്പോൾ അത് പരമ്പരാഗത പാലസ്തീൻ സമൂഹത്തിനു മേൽ പതിക്കുന്ന ശക്തമായ ഒരു 'അടി'യായി മാറുന്നുണ്ട്.

പാലസ്തീൻ ഗ്രാമത്തിലെ വിവാഹചടങ്ങുകളുടെ വിശദമായ കാഴ്ചകൾ ചിത്രത്തിൽ ഉണ്ടെങ്കിലും ഇസ്രായേൽ പാലസ്തീൻ സംഘർഷം ആണ് സംവിധായകൻ ലക്ഷ്യമിടുന്നത്. പാലസ്തിൻ വ്യക്തിത്വവും ജീവിതവും ഉയർത്തിപ്പിടിക്കുന്ന നിരവധി നാടൻ പാട്ടുകൾ ഇതിലുണ്ട്. മേയറുടെ ഏകപക്ഷിയ തീരുമാനത്തെ എതിർക്കുന്ന ബഹുഭൂരിപക്ഷത്തിന്റെ നിലപാട് ചിത്രത്തിൽ പ്രധാനമാണ്. തങ്ങളുടെ ആത്മാഭിമാനം നഷ്ടപ്പെടുത്തിക്കൊണ്ട് ഒരാഘോഷവും വേണ്ടെന്ന്, വിവാഹവും വേണ്ടെന്ന് വരൻ പോലും പറയുന്ന അവസ്ഥ ശ്രദ്ധേയമാണ്.

1987 കാൻ ഫിലിം ഫെസ്റ്റിവലിലിൽ ഫിപ്രസി പുരസ്കാരവും, സാൻ സെബാസ്റ്റ്യൻ ഫിലിം ഫെസ്റ്റിവലിൽ മികച്ച സംവിധാനത്തിനുള്ള പുരസ്കാരവും ചിത്രം നേടിയിട്ടുണ്ട്.

മിഷേൽ ക്ളൈഫി അഭിമുഖത്തിൽ തന്റെ നിലപാടുകൾ വെളിപ്പെടുത്തുന്നു.

ചോ: മി. ക്ളൈഫി, ഇരുപതാം വയസ്സിൽ താങ്കൾ നാട്, നസ്രേത് വിടാൻ എന്തായിരുന്നു കാരണം?

ക്ലി: അതിന് പല കാരണങ്ങൾ ഉണ്ടായിരുന്നു. രാഷ്ട്രീയം, വൈകാരികം, മാനുഷികം, അസ്തിത്വപരം എന്നിവ. എന്റെ വ്യക്തിത്വപരമായ വികാസം നസ്രേത്തിൽ തടസ്സപ്പെട്ടിരുന്നു. അതുകൊണ്ട് എനിക്ക് അവിടെ നിന്ന് പുറത്തു കടന്നേ പറ്റൂ. ഒരു പാലസ്തീൻ വിദ്യാർത്ഥി ആയതു കാരണം എനിക്ക് ഇസ്രായേലിൽ രജിസ്റ്റർ ചെയ്യാൻ പറ്റിയിരുന്നില്ല. അതുകൊണ്ട് ഞാൻ ബ്രസ്സൽസിൽ പോയി ഒരു ഒരു നാടകവിദ്യാർത്ഥി ആയി രജിസ്റ്റർ ചെയ്തു. സംസ്കാരം ഓരോ അറബിക്കും പ്രധാനപ്പെട്ടതാണല്ലോ. നമ്മുടെ മോചനത്തിനായി ഉള്ള പോരാട്ടത്തിൽ വിദ്യാഭ്യാസം വളരെ പ്രധാനപ്പെട്ടതാണ്.

ചോ: പാലസ്തീൻ സിനിമ പി. എൽ. ഓ. യുമായി ബന്ധപ്പെട്ടതാണല്ലോ. അതിൽ രാഷ്ട്രീയത്തിന് വളരെ പ്രാധാന്യം ഉണ്ട്. മിഷേൽ ക്ളൈഫി എന്ന സംവിധായകൻ രാഷ്ട്രീയം കലരാത്ത സ്വതന്ത്ര സിനിമകളാണ് തുടക്കത്തിൽ നിർമ്മിച്ചത്. എവിടെ നിന്നാണ് താങ്കൾ ഇത്തരം നിലപാട് കണ്ടെത്തിയത്?

ക്ളൈഫി: വിദ്യാഭ്യാസത്തോടും അറിവോടും കൂടെ മാത്രമേ നാം

ലോകത്തെ സമീപിക്കാൻ പാട്ടുള്ളൂ. പാലസ്തീൻ അനുഭവങ്ങളെ ലോക അനുഭവങ്ങളുമായി ബന്ധിപ്പിക്കണം. ഇങ്ങനെയാണ് ഞാൻ കാര്യങ്ങൾ കാണുന്നതും എന്റെ സൃഷ്ടികൾ മുമ്പോട്ട് പോകുന്നതും.

ചോ: സിനിമ ലിബറേഷന്റെ ഒരു വഴി ആണെന്ന് കരുതുന്നുണ്ടോ?

ക്‌ളെഫി: ഞാൻ അതിന്റെ കണക്ക് പറയാം. എത്രയോ കോടികൾ നാം ആയുധങ്ങൾക്കായി ഉപയോഗിക്കുന്നു. ഈ പണമുപയോഗിച്ച രാജ്യത്തെ വിദ്യാഭ്യാസത്തിൽ നല്ല രീതിയിൽ മാറ്റങ്ങൾ വരുത്തിക്കൂടെ? മുപ്പത്തിനാല് വർഷം പുറത്തു കഴിഞ്ഞിട്ടും ഞാൻ ഇപ്പോഴും നന്നായി അറബി സംസാരിക്കുന്നില്ലേ?

ചോ: അതുകൊണ്ടാണോ താങ്കൾ ഇസ്രായേൽ സംവിധായകൻ ഇയാൾ ശിവ (Iyal sivan) യോടൊപ്പം വർക്ക് ചെയ്തത്?

ക്‌ളെഫി: അതൊരു കൊളാബറേഷൻ ആയിരുന്നു. എല്ലാ ജൂതന്മാരും ഇസ്രായേലികളും മോശക്കാരല്ല എന്ന് കാണിക്കണമായിരുന്നു.

ചോ: ചില പാലസ്തീനികൾ ഇസ്രായേൽ ആർമിയിൽ ജോലി ചെയ്യുന്നതായി ചിത്രത്തിൽ ഉണ്ട്. പാലസ്തീൻകാർ ഇതിനോട് എങ്ങനെയാണ് പ്രതികരിച്ചത്?

ക്‌ളെഫി: ചില അറബി രാജ്യങ്ങൾ ഇസ്രായേലുമായി സഹകരിക്കുന്നില്ലേ?

ചോ: മുന്നൂറ് പാലസ്തീൻകാരെ ഇസ്രായേൽ കത്തിച്ചത് ബാർബർ പറയുമ്പോൾ ഹിറ്റ്ലറുടെ ജൂതവേട്ട കാണിക്കുന്നുണ്ട്. ഇത് മനപ്പൂർവം ആയിരുന്നോ?

ക്‌ളെഫി: പാരിസിലെ ചില സിയോണിസ്റ്റുകൾ ഇതിനെതിരെ പ്രകടനം നടത്തിയിരുന്നു. ഈ ദൃശ്യം സെക്കന്റുകൾ മാത്രമേ ഉള്ളൂ അതേ സമയം സിനിമ നാലു മണിക്കൂർ ഉണ്ട്.

പാലസ്തീൻ ചരിത്രം ചിത്രീകരിക്കാനുള്ള അവകാശം നമുക്ക് ഉണ്ട്. അത് നമ്മളിൽ നിന്ന് തട്ടിപ്പറിക്കാൻ ആരെയും അനുവദിക്കില്ല. നമ്മുടെ ഭൂമി കയ്യേറാൻ ഒരിക്കലും നാം ആരെയും അനുവദിക്കില്ല. കോളനൈസേഷനു ഞങ്ങൾ ആരെയും സമ്മതിക്കില്ല.

6
റഷീദ് മഷറാവി: സിനിമ ഹൃദയത്തോട് ചേർത്ത് വെച്ച ചലച്ചിത്രകാരൻ

റഷീദ് മാഷറാവി (Rashid Masharawi) 1962ൽ ഗാസയിൽ ഒരു അഭയാർത്ഥി കുടുംബത്തിലാണ് ജനിക്കുന്നത്. അഭയാർത്ഥി ക്യാമ്പിലാണ് കുടുംബത്തോടോപ്പം അദ്ദേഹവും കഴിഞ്ഞിരുന്നത്. റാമ ല്ലയിൽ 1996ൽ സിനിമ പ്രൊഡക്ഷൻ/ഡിസ്ട്രിബ്യൂഷൻ സെന്റർ സ്ഥാപിച്ച അദ്ദേഹം ഇപ്പോൾ അവിടെ താമസിക്കുകയാണ്.

എല്ലാ വർഷവും കുട്ടികൾക്കായുള്ള ചലച്ചിത്രോത്സവങ്ങൾ, വർക്ഷോപ്പുകൾ ഇവ സംഘടിപ്പിക്കുന്ന, പാലസ്തീൻ സിനിമയിൽ അറിയപ്പെടുന്ന സംവിധായകൻ ആയ അദ്ദേഹം, നിരവധി പുരസ്കാരങ്ങൾ നേടിയിട്ടുണ്ട്. പ്രധാന ചിത്രങ്ങൾ, 'ദി ഷെൽറ്റർ' (The Shelter, 1989), 'കർഫ്യൂ' (Curfew, 1994), 'ഹൈഫ (Haifa, 1996), 'ടിക്കറ്റ് ടു ജെറുസലേം' (Ticket to Jerusalem, 2002), 'ലൈലാസ് ബർത്ഡേ' (Liala's Birthday, 2008), 'പാലസ്തീൻ സ്റ്റീരിയോ' (Palestine Stereo, 2013) എന്നിവയാണ്.

ലൈലാസ് ബർത്ഡേ (Laila's Birthday)

റഷീദ് മഷറാവിയുടെ 2008 ചിത്രം ആണിത്. പാലസ്തീൻ തെരുവിലെ സംഘർഷങ്ങളും അശാന്തിയും ആണ് ഇത് ചിത്രീകരിക്കുന്നത്. ജസ്റ്റിസ്

ആയി സേവനമനുഷ്ഠിക്കുന്ന അബുലൈലയുടെ കാറിൽ ജനങ്ങൾക്ക സൗജന്യമായി യാത്ര ചെയ്യാം. മകൾ ലൈലയുടെ പിറന്നാൾ ദിവസം എട്ടു മണിക്ക് മുമ്പായി വീട്ടിൽ എത്താൻ അയാളോട് ഭാര്യ പ്രത്യേകം പറഞ്ഞിരുന്നു. മകളെയും കൂട്ടി തന്റെ ടാക്സിയിൽ യാത്ര തിരിച്ച അബുലൈല അവളെ സ്കൂളിൽ ഇറക്കുന്നു. പിന്നീട് തന്റെ ഓഫിസിലേക്ക് പോകും വഴി തന്റെ 'ടാക്സി ഡ്രൈവർ' ജോലി ആരംഭിക്കുന്നു. ഒരു ജഡ്ജി ടാക്സി ഡ്രൈവറുടെ ജോലി ചെയ്യുന്നതിനെ പലരും പരിഹസിക്കാറുണ്ടെങ്കിലും അബു ലൈല. അതൊരു സേവനമായി കരുതുന്നു.

എട്ട് മണിക്ക് വീട്ടിൽ എത്തണമെന്ന ഭാര്യ പറഞ്ഞിരുന്നെങ്കിലും ആളുകളെ കയറ്റി പല സ്ഥലങ്ങളിൽ പോകുന്നതിനിടെ എട്ട് മണി കടന്നു പോകുന്നു. തെരുവിൽ ഉള്ള സംഘർഷങ്ങൾ, അത് കാരണമുണ്ടാകുന്ന റോഡ് ബ്ലോക്ക് ഇവയൊക്കെ മറികടന്നു ലക്ഷ്യസ്ഥാനങ്ങളിൽ എത്താൻ പാടുപെടുന്നു അബു ലൈല. ഇതിനിടയിൽ തെരുവിൽ ബോംബ് സ്ഫോടനമുണ്ടാവുന്നു. ഇതിൽ പരിക്ക് പറ്റിയ ആളെ ആശുപത്രിയിൽ കൊണ്ട് പോകുന്നത് അബുലൈലയുടെ ടാക്സിയിലാണ്. തന്റെ ടാക്സിക്കായി അയാൾ ആശുപത്രിയിൽ പോകുന്നു. ടാക്സിയുമായി വീട്ടിലേക്ക് തിരിക്കുമ്പോൾ എട്ട് മണി കഴിഞ്ഞിരുന്നു. തിരക്കുകൾക്കിടെ മകൾക്ക് പിറന്നാൾ സമ്മാനമായി ടെഡിബിയറും കേക്കും വാങ്ങാൻ അയാൾ സമയം കണ്ടെത്തിയിരുന്നു.

വളരെ ലളിതമായ ഒരു കഥയാണ് 'ലൈലസ് ബർത്ത്ഡേ'യുടേത്. എന്നാൽ ഇസ്രായേൽ ആക്രമണം ജനജീവിതത്തിൽ ഉണ്ടാക്കുന്ന സംഘർഷങ്ങൾ വളരെ സൂക്ഷ്മമായി ചിത്രം പറയുന്നു.നേരിട്ടുള്ള ആഖ്യാനം, ലളിതമായ കഥ ഇവ ചിത്രത്തെ മനോഹരമാക്കുന്നു. ഇസ്രായേൽ അധിനിവേശവും അവരുടെ ആക്രമണങ്ങളും

• ലൈലാസ് ബർത്ഡേ

• ടിക്കറ്റ് ടു ജെറുസലേം

ജനജീവിതത്തെ എത്രമാത്രം ബാധിക്കുന്നു എന്ന് ചിത്രം സൂചിപ്പിക്കുന്നു. ഡോക്യുമെന്ററി രൂപത്തിൽ ഉള്ള ഫിക്ഷൻ മഷറായിയുടെ ചിത്രങ്ങൾക്കുള്ള പ്രത്യേകതയാണ്.

'ലൈലാസ് ബർത്ത്ഡേ' നിരവധി അന്താരാഷ്ട്ര പുരസ്കാരങ്ങൾ നേടി. ഇവയിൽ സിംഗപ്പൂർ ഫിലിം ഫെസ്റ്റിവൽ, ഫജർ ഇന്റർനേഷണൽ ഫിലിം ഫെസ്റ്റിവൽ എന്നിവടങ്ങളിലെ മികച്ച ചിത്രത്തിനുള്ള പുരസ്കാരങ്ങൾ ഉൾപ്പെടുന്നു.

ടിക്കറ്റ് ടു ജെറുസലേം (Ticket to Jerusalem)

ടിക്കറ്റ് ടു ജറുസലേം, റഷീദ് മഷറാവി 2002ലാണ് സംവിധാനം ചെയ്യുന്നത്. ചിത്രത്തിലെ കേന്ദ്ര കഥാപാത്രം ജാബിർ എന്ന പ്രൊജക്റ്റർ ഓപ്പറേറ്റർ വെസ്റ്റ് ബേങ്കിലും പാലസ്തീൻ മുഴുവനും സഞ്ചരിച്ച സിനിമകൾ സ്ക്രീൻ ചെയ്യുകയാണ്, പ്രത്യേകിച്ച് കുട്ടികൾക്കുള്ള ആനിമേഷൻ ചിത്രങ്ങൾ. എന്നാൽ വീടുകളിൽ മുതിർന്ന വർക്കായി ഇസ്രായേൽ പോലിസ് അക്രമങ്ങളുടെ ഫുട്ടേജ് ആണ് അയാൾ പ്രദർശിപ്പിക്കുന്നത്. ഇതിന്റെ പേരിൽ അയാളുടെ ഭാര്യ സന പ്രശ്നം ഉണ്ടാക്കുന്നു. ഇസ്രായേൽ ഭരണകൂടം കുറ്റം ചുമത്തുമോ എന്ന പേടിയാണ് അവൾക്ക്. കൂടാതെ ജാബിറിന്റെ തുച്ഛമായ പ്രതിഫലത്തിനുള്ള സിനിമ പ്രദർശനം ഒരു ജോലിയായി അവൾ അംഗീകരിക്കുന്നില്ല. ഇത് പോലെ ജാബിറിന്റ മാതാപിതാക്കളും അയാളെ കുറ്റപ്പെടുത്തുന്നു. കാനഡയിൽ ബിസിനസ് ചെയ്യുന്ന അയാളുടെ സഹോദരന്റെ അടുത്തു പോകാൻ അവർ ആവശ്യപ്പെടുന്നു. എന്നാൽ ജാബിറിന്റെ സിനിമയോടുള്ള താൽപ്പര്യത്തിൽ

നിന്ന് അയാളെ പിന്തിരിപ്പിക്കാൻ ഇവർക്കാർക്കും കഴിയുന്നില്ല. ആളുകൾക്ക്, പ്രത്യേകിച്ച് കുട്ടികൾക്ക് സന്തോഷം നൽകുന്ന സിനിമാപ്രദർശനം നിർത്താൻ അയാൾ തയ്യാറല്ല. ഒരു സ്കൂളിൽ പ്രദർശനം കണ്ട ജറുസലേമിൽ ജോലി ചെയ്യുന്ന ഒരു ടീച്ചർ അവരുടെ സ്കൂളിൽ നടന്ന പ്രദർശനം നടത്താൻ ജാബിറിനോട് ആവശ്യപ്പെടുന്നു. എന്നാൽ ജറുസലേം നഗരത്തിലേക്കുള്ള വഴി അടച്ചിരിക്കയായിരുന്നു. മറ്റൊരു വഴിയിലൂടെ പോകുമ്പോൾ വഴി തെറ്റിയത് ശരിയായി പറഞ്ഞു കൊടുക്കുന്ന ആൾ, ക്യാമ്പുകളിൽ സിനിമയല്ല, ഭക്ഷണം ആണ് വേണ്ടതെന്ന് ജാബിറിനോട് പറയുന്നുണ്ട്. ഇതൊന്നും അയാളെ തടയുന്നില്ല. കുട്ടികൾക്ക് ഭക്ഷണം മാത്രം പോരെന്ന് ജാബിറിന് അറിയാം.

ചിത്രത്തിൽ പല തരത്തിൽ ഉള്ള വാദ പ്രതിവാദങ്ങൾ ഉണ്ട്. ചിലത് ഫിക്ഷനും മറ്റുള്ളവ റിയാലിറ്റിയുമാണ്. അവ രണ്ടിനും ഇടയിലെ ദൂരം മഷെർവായുടെ സിനിമകളിൽ വളരെ കുറവുമാണ്. സന ചോദിച്ച ചോദ്യം തന്നെ നാം ചോദിച്ചു പോകും, ജാബിറിന്റെ സിനിമ പ്രദർശനം കൊണ്ട് എന്താണ് ഗുണം? അയാൾക്ക് അതിനു ശരിയായ ഉത്തരവുമുണ്ട്. 'ടിക്കറ്റ് ടു ജെറുസലേമി'നു 'സിനിമ പാരഡിസോ'യുമായി സാമ്യം കാണാം. അതു പോലെ ഇതിലെ ജാബിർ റഷീദ് മഷറാവിയാണ്. മഷറാവിക്ക് സിനിമ പ്രദർശിപ്പിക്കാൻ അത്രയേറെ താൽപ്പര്യം ഉണ്ട്.

സിനിമയുടെ ആവശ്യകതയിൽ ഊന്നൽ കൊടുക്കുന്ന ചിത്രമാണ് 'ടിക്കറ്റ് ടു ജെറുസലേം'. അതോടൊപ്പം ഐഡന്റിറ്റിയെക്കുറിച്ചും വീടിനെക്കുറിച്ചും ഉള്ള പ്രശ്നങ്ങൾ ചിത്രം ചർച്ച ചെയ്യുന്നു. തങ്ങൾക്ക് ചുറ്റും ഉള്ള ജീവിതത്തിൽ ക്രമം, സന്തോഷം ഇവ കൊണ്ടുവരാനായി ഫിക്ഷനും യാഥാർത്ഥ്യവും തമ്മിലുള്ള അതിർവരമ്പ് മഷറാവി തള്ളിക്കളയുന്നു.

'ടിക്കറ്റ് ടു ജെറുസലേം' 2002ലെ അമിൻസ് ഇന്റെർനാഷണൽ ഫെസ്റ്റിവൽ, കൈറോ ഇന്റർ നാഷണൽ ഫെസ്റ്റിവൽ എന്നിവിടങ്ങളിൽ പുരസ്കാരങ്ങൾ നേടിയിരുന്നു.

റഷീദ് മഷറാവിയുമായി അഭിമുഖം :-

അഭിമുഖത്തിൽ റഷീദ് മഷറാവി തന്റെ ചലച്ചിത്ര സമീപനങ്ങൾ, പാലസ്തീൻ വിഷയത്തിൽ ഉള്ള നിലപാടുകൾ എന്നിവ വിശദമാക്കുന്നു..

ചോ: റാമല്ലയിലെ താങ്കളുടെ ജോലി ഡോക്യുമെന്ററിയും ഫിച്ചറും നിർമ്മിക്കയും വിതരണം ചെയ്യുകയും ആണല്ലോ. താങ്കൾ സമഗ്രമായ ഒരു സാംസ്കാരിക സ്പേസ് ആണ് ഉണ്ടാക്കിയിരിക്കുന്നത്. അഭയാര്‍ത്ഥി ക്യാമ്പുകളിലേക്കായി സിനിമയും മൊബൈൽ സിനിമയും

നിർമ്മിക്കുന്ന കേന്ദ്രം ആണല്ലോ അത്. എന്തൊക്കെയായിരുന്നു താങ്കളുടെ ഉദ്ദേശങ്ങൾ?

• റഷീദ് മഷ്റാവി

റഷീദ്: ഞാൻ വിദേശത്ത് ആയിരുന്നു എങ്കിൽ പട്ടണത്തിൽ സംവിധായകരുടെ സമീപത്തു തന്നെയായിരിക്കും താമസിക്കുക. എനിക്ക് പാലസ്തീനിൽ കഴിയണമായിരുന്നു. അതുകൊണ്ട് അത്തരം അന്തരീക്ഷം ഇവിടെ ഒരുക്കേണ്ടതുണ്ട്. അഭയാർത്ഥി ക്യാമ്പിൽ സിനിമകൾ പ്രദർശിപ്പിക്കാറുണ്ട്. ക്യാമ്പുകളിൽ കുട്ടികൾക്കായി ഫിലിം ഫെസ്റ്റിവലുകൾ നടത്താറുണ്ട്. ഒരു പ്രാവശ്യം 90000 കുട്ടികൾ അതിൽ പങ്കെടുത്തിരുന്നു. ഞാൻ ഇതൊക്കെ ചെയ്യാൻ കാരണം എനിക്ക് ഇവിടെ സ്ഥിരതാമസമാക്കേണ്ടതുണ്ട്, കൂടാതെ ഞാൻ സിനിമ അത്രയേറെ സ്നേഹിക്കുയും ചെയ്യുന്നുണ്ട്.

ചോ: താങ്കളുടെ ചിത്രങ്ങളിൽ കാണിക്കുന്ന, അഭയാർത്ഥി ക്യാമ്പുകളിലെ സാംസ്കാരിക അന്തരീക്ഷത്തെക്കുറിച്ച് പറയാമോ?

റഷീദ്: അഭയാർത്ഥി ക്യാമ്പുകളിൽ എന്ത് ജീവിതം ആണ്? കുട്ടിക്കാലം ഉണ്ടോ? യു. എൻ. തരുന്ന ഉടുപ്പിട്ട്, അവരുടെ ഭക്ഷണം കഴിച്ച്, അവരുടെതന്നെ സ്കൂളിൽ പഠിച്ച് കഴിയുക! അമ്മയുടെ ഭക്ഷണം കിട്ടാതെ, നല്ല ഉടുപ്പുകളില്ലാതെ എന്ത് കുട്ടിക്കാലം!

ചോ: 1980കളുടെ മധ്യകാലത്ത്, ഒരു ക്യാമറ എടുത്ത് അധിനിവേശ സ്ഥലങ്ങൾ ഷൂട്ട് ചെയ്യുന്നതും ഇപ്പോൾ അത് ചെയ്യുന്നതും തമ്മിൽ കൃത്യമായ വ്യത്യാസം ഉണ്ട്. എങ്ങനെയാണ് ഇത് കാണുന്നത്?.

റഷീദ്: ഇപ്പോൾ ഷൂട്ട് ചെയ്യുമ്പോൾ പരിചയക്കാരോട് ഞാൻ ഫോട്ടോ എടുക്കുകയാണെന്ന് പറയും. അപ്പോൾ അവർ ഇസ്രായേൽ ഭരണം ആണ്, ഫോട്ടോ എടുക്കാൻ പാടില്ല, അവർ അറസ്റ്റ് ചെയ്യും എന്ന് ഭീഷണിപ്പെടുത്തും. ചലിക്കുന്ന ഇമേജിന്റെ ശക്തി ഞാൻ നേരത്തെ തിരിച്ചറിഞ്ഞതാണ്. നമ്മുടെ അവസ്ഥ ലോകത്തെ അറിയിക്കാൻ അതുവഴി കഴിയും എന്ന് മനസ്സിലാക്കിയതാണ്.

ചോ: താങ്കളുടെ ചിത്രങ്ങൾ 'കർഫ്യ', 'ഹൈഫ' എന്നിവ അഭയാർത്ഥി ക്യാമ്പിലെ ജീവിതം ആണ് ചിത്രീ കരിക്കുന്നത്. രണ്ടിലും കേന്ദ്ര സ്ഥാനത്തു സ്ത്രീകളാണ് ഉള്ളത്. എങ്ങനെയാണ് ഈ ചിത്രങ്ങൾ നോക്കിക്കാണുന്നത്?

റഷീദ്: 'കർഫ്യ'വിലെ എന്റെ അനുഭവങ്ങൾ ആണ് 'ഹൈഫ' യിൽ ഉള്ളത്. 'കർഫ്യ' വിൽ സ്ത്രീകൾക്ക് പുറത്ത് പോകാൻ അനുവാദം ഉണ്ട്. അങ്ങനെ അവരുടെ മറവിൽ ആണ് 'ഹൈഫ' നിർമ്മിച്ചത്. എന്റെ അമ്മയുടെ സഹായവും ഉണ്ടായിരുന്നു.

ചോ: 'ഹൈഫ' യിൽ കഥാപാത്രം നേരിട്ട് ചിത്രത്തിൽ വരാതെ എല്ലാം നിയന്ത്രിക്കയാണ്. എങ്ങനെയാണ് ചിത്രം കൺസീവ് ചെയ്തത്?

റഷീദ് : 'ഹൈഫ' എന്റെ സൃഷ്ടിയാണ്. അതിലു അഭയാർത്ഥികളെ പാലസ്തീൻ ക്യാമ്പുകളിൽ കാണില്ല. ഭൂതകാലം മനസ്സിൽ സൂക്ഷിച്ച ഭാവിയിലേക്ക് ഉറ്റുനോക്കുന്ന 'ഹൈഫ'.

ചോ: 'ടിക്കറ്റ് ടു ജെറുസലേം' ൽ ഭീമാകാരമായ ഒരു പ്രൊജക്റ്റർ ജറുസലെമിലേക്ക് മാറ്റുകയാണ്. വഴിക്ക് കാണുന്ന പട്ടാളം, ടാങ്കുകൾ, തോക്കുകൾ ഇവ യുദ്ധഭീതി ഉണ്ടാക്കുന്നു.

റഷീദ് : 'ടിക്കറ്റ് ടു ജെറുസലേം' ൽ വ്യക്തിപരമായ പല കാര്യങ്ങളും ഞാൻ പറയുന്നുണ്ട് വിദേശത്തും ഇവിടേയുമുള്ള അഭയാർത്ഥികൾ. 'കർഫ്യ' യിൽ നിന്നും 'ഹൈഫ' യിൽ നിന്നും വിഭിന്നമാണ് അത്. 'കർഫ്യ' ഒരു ഡോക്യുമെന്ററി സിറ്റുവേഷനിൽ നിന്നും ഉണ്ടാക്കിയ ഫീച്ചർ ആണ്. 'ഹൈഫ' യിൽ എനിക്ക് പറയേണ്ട ധാരാളം കാര്യങ്ങൾ ഞാൻ പറയുന്നു. അതുകൊണ്ട് ഞാൻ ഡയലോഗ് സ്വന്തമായി എഴുതി, എനിക്ക് വേണ്ടതൊക്കെ ചേർത്തു. 'ടിക്കറ്റ് ടു ജെറുസലേം' ൽ അവസ്ഥ കുറേക്കൂടി തീവ്രമാണ്. അത് എഴുതുമ്പോൾ പാലസ്തീൻ അഭയാർത്ഥികൾ ആണ് എന്റെ മനസ്സിൽ ഉണ്ടായിരുന്നത്.

ചോ: താങ്കളുടെ ഏറ്റവും പുതിയ ചിത്രത്തെ (Writing on the Snow) കുറിച്ച് പറയുക.

റഷീദ് : ഇസ്രായേൽ ആക്രമണം നടക്കുമ്പോൾ ഒരു മുറിയിൽ കുടുങ്ങിയ അഞ്ച് പേർ ആണ് ചിത്രത്തിൽ. പാലസ്തീൻകാർ ക്കിടയിലെ ഭിന്നതയാണ് വിഷയം. ഇസ്രായേൽ അധിനിവേശത്തിനെതിരെ ഐക്യപ്പെടാൻ ആവശ്യപ്പെടുന്ന ചിത്രം.

ചോ: യുദ്ധവും സുരക്ഷപ്രശ്നങ്ങളും എപ്പോഴെങ്കിലും താങ്കളുടെ ഷൂട്ടിങ്ങിനെ ബാധിച്ചിരുന്നോ?

റഷീദ്: എനിക്ക് ഗാസയിൽ വെച്ച് ഷൂട്ട് ചെയ്യാൻ ഒരു പ്രാവശ്യം കഴിഞ്ഞില്ല. കാരണം സിറിയ, ലെബനൻ, പാലസ്തീൻ എന്നിവിടങ്ങളിൽ നിന്നായിരുന്നു അഭിനേതാക്കൾ. അങ്ങനെ ഒടുവിൽ ടുണീഷ്യയിൽ വെച്ചാണ് ഷൂട്ട് ചെയ്തത്. യുദ്ധം വിഷയം ആയതിനാൽ ആയുധങ്ങൾ ചിത്രത്തിൽ ഉപയോഗിക്കേണ്ടിയിരുന്നു.

ചോ: ഞങ്ങൾ, താങ്കളുടെ രാജ്യത്തെക്കുറിച്ച് എന്ത് അറിയണം എന്നാണ് ആഗ്രഹിക്കുന്നത്?

റഷീദ് : വർഷങ്ങളായി ഞങ്ങൾ അനുഭവിച്ചു കൊണ്ടിരിക്കുന്ന ദുരിതങ്ങൾ ലോകം അറിയണം. എഴുപത് വർഷങ്ങൾ തുടർച്ചയായി യുദ്ധം നടത്തുന്നു. സ്വന്തമായി രാജ്യം ഇല്ല. അധിനിവേശത്തിന്റെ ദുരിതങ്ങൾ അനുഭവിക്കുന്നു. ഇതൊക്കെ ലോകം അറിയണം. ഇത് അവസാനിപ്പിക്കണം. ഞങ്ങളെ സ്വതന്ത്രരാക്കണം.

സിനിമ വഴി പാലസ്തീന്റെ അഭ്യർത്ഥനകൾ ആണ് ഞാൻ ഉദ്ദേശിക്കുന്നത്. പ്രശ്നങ്ങൾക്ക് ഒരു ശാശ്വത പരിഹാരം ആണ് ലക്ഷ്യം.

7
പാലസ്തീനെ പിന്തുണയ്ക്കുന്ന ഇസ്രായേൽ ചിത്രങ്ങൾ

ഇസ്രായേൽ ഭരണകൂടവും അതിന്റെ നിയന്ത്രണത്തിലുള്ള പട്ടാളവും പോലീസും പാലസ്തീൻ പ്രദേശത്തു മനുഷ്യത്വരഹിതമായ ആക്രമണങ്ങൾ നടത്തുമ്പോഴും, ഇസ്രായേലിലെ ഒരു വിഭാഗം ജനങ്ങളും ചലച്ചിത്രപ്രവർത്തകരും എഴുത്തുകാരും പാലസ്തീനെ പിന്തുണയ്ക്കുന്നുണ്ട്. ഇതു വെളിപ്പെടുത്തുന്ന നിരവധി വാർത്തകൾ മാദ്ധ്യമങ്ങളിൽ നാം കാണുന്നുണ്ട്. ഉദാഹരണത്തിനു, കഴിഞ്ഞ വർഷം (2019) വെസ്റ്റബേങ്കിലെ റാമല്ലയിൽ, നൂറുകണക്കിന് ഇസ്രായേലികൾ പാലസ്തീൻ ജനതയോടൊപ്പം ചേർന്നു കൊണ്ട്, International Day of Solidarity with Palestine People ആഘോഷിച്ചിരുന്നു. ഇവരിൽ പലരും ഇസ്രായേലിലെ ഇടതുപക്ഷ പ്രവർത്തകർ ആയിരുന്നു എന്നത് ശ്രദ്ധേയമാണ്.

ഇതുപോലെ, പാലസ്തീൻ അനുകൂല നിലപാട് സ്വീകരിക്കുന്ന ഇസ്രായേൽ ചലച്ചിത്രകാരുടെ നിരവധി ചിത്രങ്ങൾ പുറത്തിറങ്ങുന്നുണ്ട്. ഇത്തരം ഡോക്യുമെന്ററികളും ഫീച്ചർ ഫിലിമുകളും ലോക സിനിമയിൽ ഏറെ ശ്രദ്ധിക്കപ്പെടുന്നു. ലോകപ്രശസ്തമായ ഇത്തരം രണ്ടു ചിത്രങ്ങൾ ആണിവിടെ പരിശോധിക്കുന്നത്. പ്രസിദ്ധ ഇസ്രായേൽ സംവിധായകൻ ഇറാൻ റിക്ലിസ് (Eran Rilkis) 2008ൽ സംവിധാനം ചെയ്ത ചിത്രം, ലെമൺ ട്രീ (Lemon Tree) ആണ് ആദ്യചിത്രം. നിരവധി അന്താരാഷ്ട്ര പുരസ്കാരങ്ങൾ നേടിയ ഇസ്രായേലി സംവിധായകൻ സാമുവൽ

മാവോസ് (Samuel Mavoz)ന്റെ ലെബനോൻ (Lebonon) ആണ് മറ്റൊരു രചന. രണ്ട് പേരുമായുമുള്ള അഭിമുഖങ്ങളും ചിത്രങ്ങളുടെ വിശകലനങ്ങളോടൊപ്പമുണ്ട്.

ലെമൺ ട്രീ (Lemon Tree, 2008)

തന്റെ ഏക ജീവിതമാർഗ്ഗമായ, നാരങ്ങത്തോട്ടം സംരക്ഷിക്കാൻ, ഇസ്രായേൽ പ്രതിരോധമന്ത്രിയുമായി കേസ് നടത്തുന്ന വിധവ സൽമയുടെ ജീവിതമാണ് ലെമൺ ട്രീയുടെ പ്രമേയം.

ലെമൺ ട്രീ ആരംഭിക്കുന്നത് സമൃദ്ധമായ നാരങ്ങത്തോട്ടത്തിന്റെ കാഴ്ചയിലാണ്. സ്വർണ്ണനിറത്തിൽ വിളഞ്ഞ് നിൽക്കുന്ന നാരങ്ങകൾക്കൊപ്പം പച്ചപിടിച്ച് നിൽക്കുന്ന മരങ്ങൾ. ചിത്രത്തിലെ കേന്ദ്രകഥാപാത്രം, വിധവയായ സൽമയ്ക്ക് പിതാവിൽ നിന്ന് കിട്ടിയ തോട്ടത്തിന് അമ്പത് വർഷങ്ങളിലധികം പഴക്കമുണ്ട്. അവരുടെ ആകെയുള്ള ജീവിതമാർഗ്ഗമാണത്. ഭംഗിയുള്ള നാരങ്ങ മുറിച്ച്, ചെറു കഷണങ്ങളാക്കി മുളകും മറ്റും ചേർത്ത് ഭരണിക്കകത്ത് അച്ചാർ ഉണ്ടാക്കിവെക്കുന്നു അവർ.

ഇസ്രായേൽ പ്രതിരോധമന്ത്രി നവോൺ, ഇസ്രായേൽ അതിർത്തിയായ അയൽപക്കത്ത് കുടുംബസമേതം താമസത്തിനായി വരുന്നതോടെ സൽമയുടെ ജീവിതത്തിന്റെ താളം തെറ്റുന്നു. മന്ത്രിയുടെ സുരക്ഷ മുൻനിർത്തി, രഹസ്യപൊലിസും സുരക്ഷ ഉദ്യോഗസ്ഥരും എല്ലാ നാരങ്ങമരങ്ങളും മുറിച്ചു മാറ്റാൻ തീരുമാനിക്കുന്നു. മരങ്ങൾക്കിടയിൽ ഭീകരർ ഒളിച്ചിരിക്കാൻ സാദ്ധ്യത ഉണ്ടെന്നാണ് അവരുടെ വാദം. ഇതിനായി സൽമയ്ക്ക് അവർ നോട്ടീസ് അയക്കുന്നു. ഇതിനിടയിൽ സുരക്ഷ ഉദ്യോഗസ്ഥൻ, സൽമയ്ക്കും അവരുടെ ജോലിക്കാരൻ സിയാദിനും നേരെ

തോക്ക് ചൂണ്ടുന്നുണ്ട്.

സൽമ മകളേയും, അമേരിക്കയിലെ ഹോട്ടലിൽ ജോലിചെയ്യുന്ന മകൻ നാസറെയും വിവരം അറിയിക്കുന്നു. അപ്പീൽ കൊടുക്കാൻ തീരുമാനിച്ച സൽമ അതിനായി വക്കീൽ സിയാദ് ദാവൂദിനെ ചെന്ന് കാണുന്നു. അയാൾ വീട്ടിൽ വന്ന് തോട്ടം പരിശോധിക്കുന്നുണ്ട്. കേസ് വിചാരണയ്ക്ക് വരുന്നു. നാം പ്രതീക്ഷിക്കുന്നതു പോലെ സൽമയുടെ അപ്പീൽ തള്ളിപ്പോകുന്നു. എന്നാൽ സുപ്രീം കോടതിയിൽ അപ്പീൽ കൊടുക്കാനുള്ള തീരുമാനം സൽമ കോടതിയെ അറിയിക്കുന്നു.

തനിക്ക് തോട്ടത്തിൽ കടക്കാൻ പറ്റാത്തതിൽ സൽമ ആകെ നിരാശയിലാണ്. നാരങ്ങ നശിക്കുന്നത് സഹിക്കാൻ പറ്റാതെ ഒരു നാൾ വേലി ചാടിക്കടന്ന് വീണുകിടക്കുന്ന നാരങ്ങ പെറുക്കിയ അവരെ സുരക്ഷാ ഉദ്യോഗസ്ഥർ തിരിച്ചയക്കുന്നു. താൻ ഇത്രയും കാലം ശ്രദ്ധിച്ച് പരിപാലിച്ച തോട്ടം അനാഥമായി കിടക്കുന്നത് കണ്ട് അവർക്ക് വിഷമമാകുന്നു.

സുപ്രിം കോടതിയിൽ കേസ് വാദത്തിനായി വരുന്നു. താൻ നിധി പോലെ സൂക്ഷിച്ച് വെച്ച ആഭരണങ്ങൾ വിറ്റാണ് അവർ കേസിനായി പോകുന്നത്. ഇതിനിടയിൽ വക്കിൽ സിയാദ് സൽമയുമായി അടുപ്പത്തിലാകുന്നുണ്ട്. എന്നാൽ ഈ അടുപ്പം കേസ് കഴിയുന്നതോടെ സൽമ അവസാനിപ്പിക്കുന്നുണ്ട്. കോടതിയിൽ, സൽമയുടെ ജോലിക്കാരൻ അബു ഹസൻ നൽകുന്ന വികാരനിർഭാരമായ പ്രസ്താവന ശ്രദ്ധേയമാണ്. മരങ്ങൾ ആത്മാവ് ഉള്ളവയാണ് എന്നും അവയെ നശിപ്പിക്കാൻ പാടില്ല എന്നും അയാൾ കോടതിയോട് അഭ്യർത്ഥിക്കുന്നു.

ഇതിനിടയിൽ നടക്കുന്ന സംഭവങ്ങൾ സൽമയ്ക്ക് അനുകൂലമായി വരുന്നു. മന്ത്രിയുടെ വീട്ടിൽ നടക്കുന്ന പാർടിക്ക് നാരങ്ങ വാങ്ങാതിരുന്നതിനാൽ, തോട്ടത്തിൽ ചെന്ന് നാരങ്ങ എടുത്ത സുരക്ഷ ഉദ്യോഗസ്ഥനെ സൽമ പിടികൂടുന്നു. അവർ തമ്മിൽ പിടിവലി നടക്കുന്നു. അതോടെ മന്ത്രിയുടെ ഭാര്യ മിറാ, സൽമയോട് ക്ഷമാപണം ചെയ്യുന്നു. ഇവയൊക്കെ പത്രമാദ്ധ്യമങ്ങളിൽ സൽമയ്ക്ക് അനുകൂലമായ വാർത്തകൾ ആയി വരുന്നു. അതോടൊപ്പം നടക്കുന്ന സൽമയുടെ വീടിന് നേരെയുള്ള ആക്രമണവും അവർക്ക് അനുകൂലമാവുന്നു.

ചിത്രം അവസാനിക്കുമ്പോൾ കേസിന്റെ അവസാന വിധി വരുന്നു. സൽമയ്ക്ക് ഭാഗികമായി അനുകൂലമായ വിധിയാണത്. മന്ത്രിയുടെ വീട്ടിലേക്ക് ഉള്ള കാഴ്ച തടസ്സപ്പെടുന്ന ഭാഗത്തെ നാരങ്ങ മരങ്ങൾ കുറച്ച് ഭാഗം മാത്രം മുറിക്കാൻ ആയിരുന്നു വിധി. ഒരു ഇസ്രായേൽ കോടതിയിൽ

നിന്ന്, ഇസ്രയേൽ പ്രതിരോധമന്ത്രിക്ക് എതിരെയാണ് ഈ വിധി എന്നത് പ്രസക്തമാവുന്നു.

രണ്ടു സ്ത്രീകൾ, സൽമയും മന്ത്രിയുടെ ഭാര്യ മിറയും തമ്മിൽ ഉള്ള ഒരു ബന്ധം ചിത്രം പ്രേക്ഷകരിലേക്ക് എത്തിക്കുന്നുണ്ട്. കഥയിൽ അവർക്കിടയിൽ സമാനതകളുമുണ്ട്. നാരങ്ങ മരങ്ങളുടെ കാര്യത്തിൽ മന്ത്രിയെ പലപ്പോഴും എതിർക്കുന്നുണ്ട് ഭാര്യ. സൽമ യെക്കാണാൻ മിറ വീട്ടിലേക്ക് വന്നപ്പോൾ, സുരക്ഷ ഉദ്യോഗസ്ഥർ അവരെ വിലക്കി, വീട്ടിലേക്ക് കൂട്ടിക്കൊണ്ട് പോകുന്നതു നാം കാണുന്നുണ്ട്.

ഒരു വിധവ, ഇസ്രായേലിനോട് നടത്തുന്ന നിയമയുദ്ധം അവരുടെ വിജയത്തിൽ അവസാനിക്കുന്നു എന്നത്, അവരുടെ അതിജീവനത്തിന്റെ വിജയകഥ കൂടിയാണ്. തനിക്കു പൈതൃകമായി ലഭിച്ച നാരങ്ങത്തോട്ടത്തോടുള്ള, പിതാവിനോടുള്ള ബന്ധത്തിന്റെ തീവ്രത കൂടെ അത് രേഖപ്പെടുത്തുന്നു. അതിന് തടസ്സമാകുന്ന തോക്കും ബോംബും ഒന്നും അവരെ പേടിപ്പിച്ച് മാറ്റിനിർത്തുന്നില്ല. ഇതേ അവസ്ഥ തന്നെയാണ് അവരുടെ ജോലിക്കാരൻ അബു ഹസ്സന്റേതും. നാരങ്ങ മരത്തെ ആത്മാവും ശരീരവും ഉള്ള ജീവനുള്ള വസ്തുവായാണ് അയാൾ കാണുന്നത്. ഒറ്റയാൾ പോരാട്ടത്തിന്റെ ശക്തമായ, തീവ്രമായ ആവിഷ്ക്കാരമാകുന്നു ലെമൺ ട്രീ.

സൽമയായി അഭിനയിച്ച ഹിയാം അബ്ബാസ് (Hiam Abbas) ഈ ചിത്രത്തിലെ അഭിനയത്തിന്, മികച്ച നടിക്കുള്ള യൂറോപ്യൻ ഫിലിം അവാർഡ് കരസ്ഥമാക്കിയിരുന്നു. അതുപോലെ ചിത്രത്തിന്റെ തിരക്കഥയ്ക്കും ഇതേ പുരസ്കാരം ലഭിച്ചിട്ടുണ്ട്.

ലെമൺ ട്രീ സംവിധായകൻ ഇറാൻ റിക്ലിസ്സുമായി അഭിമുഖം :-

ഇറാൻ റിക്ലിസ് ഇസ്രായേൽ പാലസ്തീൻ സംഘർഷത്തെക്കുറിച്ച് സംസാരിക്കുന്നു. അതോടൊപ്പം, തന്റെ നാരകത്തോട്ടം സംരക്ഷിക്കാനായി ഇസ്രായേൽ പ്രതിരോധമന്ത്രിക്കെതിരെ കോടതിയിൽ പോയ വിധവ സൽമയെ ചിത്രീകരിച്ച 'ലെമൺ ട്രീ'യെക്കുറിച്ചും സംസാരിക്കുന്നു.

ചോ: 'ലെമൺ ട്രീ' ഒരു രാഷ്ട്രീയ ചിത്രം ആണെന്ന് എളുപ്പത്തിൽ നമുക്ക് പറയാം. എന്നാൽ കൃത്യമായി പറയുകയാണെങ്കിൽ അത് വ്യക്തിപരമായ വിഷയം ചർച്ച ചെയ്യുന്ന ചിത്രം കൂടെ ആണ്.

റിക്ലിസ് : ശരിയാണ്. എന്നെ സംബന്ധിച്ചടത്തോളം, അത് രാഷ്ട്രീയവും രാഷ്ട്രീയക്കാരും ഇടപെട്ടു വഷളാക്കുന്ന ജീവിതത്തെക്കുറിച്ച്

ഉള്ളതാണ്. ഞാൻ എന്റെ ആവശ്യത്തിന് കഥ മാറ്റുന്നുണ്ട്. എന്നത് ശരിയാണ്.

ചോ: അത് രണ്ടു ഏകാന്തരായ സ്ത്രീകളുടെ കഥയാണ്.?

റിക്ലിസ്: ഞാൻ തിരക്കഥ എഴുതാൻ തുടങ്ങിയപ്പോൾ ഇതു നാരങ്ങത്തോട്ട ത്തിന്റെ കഥയാണ്, അതേക്കുറിച്ച് ഇത്രയൊക്കെ പറയാനുണ്ടോ എന്ന് സംശയിച്ചു. പിന്നീടാണ് ഇതു മിഡിൽ ഈസ്റ്റിലെ സ്ത്രീയുടെ ഏകാന്തതതയെക്കുറിച്ച് ആണ് എന്നത് ഞാൻ ഓർമ്മിച്ചത്. അതിനുശേഷമാണ് അതിർത്തിക്ക് ഇരുവശവവും ഉള്ള സ്ത്രീകൾക്കിടയിലെ നിശ്ശബ്ദമായ ബന്ധത്തെക്കുറിച്ച് ഞാൻ ചിന്തിക്കുന്നത്. രണ്ടു സ്ത്രീകളുടെ ശക്തിയെക്കുറിച്ചു ചിന്തിച്ചപ്പോൾ എനിക്ക് അത് വളരെ രസകരമായി തോന്നി, പ്രത്യേകിച്ച് സൽമയുടെത്. എനിക്ക് അവരുടെ ശക്തി വിശ്വസിക്കാൻ കഴിഞ്ഞില്ല. എല്ലാ ഭാഗത്തുനിന്നും അവർക്ക് സമ്മർദ്ദങ്ങളേയുള്ളു. അവരുടെ ജീവിതം കഴിഞ്ഞു. അത് വീണ്ടും സജീവമാകുന്നത്, ഈ കേസുമായി മുമ്പോട്ട് പോകുമ്പോൾ ആണ്.

ചോ; മറ്റൊരു പ്രധാന കാര്യം, മൊബൈൽ ഫോണിന്റെ കാലത്ത്, അതൊന്നും ഉപയോഗിക്കാതിരിക്കുന്നത് അത്ഭുതകരം തന്നെ.

• ഇറാൻ റിക്ലിസ്

റിക്ലിസ് : ഏകാന്തതയയ്ക്കും നാരങ്ങമരങ്ങൾക്കുമപ്പുറത്ത്, മിഡിൽ ഈസ്റ്റിലെ മാത്രമല്ല എല്ലായിടത്തെയും കാര്യങ്ങൾ സംസാരിച്ചു അവസാനിപ്പിക്കേണ്ടതാണ് എന്ന കാര്യം ചിത്രം ഓർമിപ്പിക്കുന്നു.

ചോ: ചിത്രം ഇസ്രായേലിൽ എങ്ങനെയാണ് ആളുകൾ സ്വീകരിച്ചത്?

റിക്ലിസ് : എന്റെ വിതരണക്കാരൻ (film distributor) നല്ല പ്രതീക്ഷയിൽ ആയിരുന്നു. എങ്കിലും ചിത്രം കാണാൻ ആളുകൾ കൂടുതലായി വന്നില്ല. അമിത

രാഷ്ട്രീയം (over political) എന്ന് ചിത്രം വിശേഷിപ്പിക്കപ്പെട്ടു. നിരൂപകരും അതേ നിലപാട് ആണ് സ്വീകരിച്ചത്.

ചോ: കഥയുടെ തുടക്കം യഥാർത്ഥ സംഭവങ്ങൾ അല്ലേ?

റിക്ലിസ് : അതേ. ഒരു കഥയും ഒരായിരം കഥകളും ചിത്രത്തിന് പിന്നിലുണ്ട്. പാലസ്തിനികൾക്ക് കോടതിയിൽ പോകാം എന്നത് ജനാധിപത്യ സമൂഹത്തിലെ കാര്യമാണല്ലോ. ജഡ്ജി എന്തു തന്നെ തീരുമാനിച്ചാലും ജനാധിപത്യ സമൂഹത്തിലെ മര്യാദ പാലിക്കപ്പെടുന്നു എന്നത് പ്രധാനമാണല്ലോ.

• ലെമൺ ട്രീ

ചോ: മിഡിൽ ഈസ്റ്റിലെ കാര്യങ്ങളിൽ താങ്കൾക്ക് പ്രതീക്ഷയുണ്ടോ

റിക്ലിസ്:. ഞാൻ ഒരു സിനിമക്കാരൻ ആണ്, രാഷ്ട്രീയക്കാരൻ അല്ല. എന്നാലും മിഡിൽ ഈസ്റ്റിലെ കാര്യങ്ങളിൽ എനിക്ക് നല്ല പ്രതിക്ഷ ഉണ്ട്.

ലെബനോൻ (Lebanon, 2009)

1962 ൽ ടെൽ അവീവിൽ ജനിച്ച സാമുവെൽ മാവോസ്, നിർബ്ബന്ധ സൈനികസേവനത്തിന്റെ ഭാഗമായി ലെബനോൻ യുദ്ധത്തിൽ പങ്കെടുക്കുമ്പോൾ അദ്ദേഹത്തിന് ഇരുപത് വയസ്സ് മാത്രം. നിരപരാധികളായ ആയിരക്കണക്കിന് പാലസ്തീനികളേയാണ് അന്ന് ഇസ്രയേലി പട്ടാളം വെടിവെച്ച കൊന്നത്. സാബ്ര, ഷാറ്റില എന്നിവിടങ്ങളിൽ ആരംഭിച്ച പാലസ്തീനി അഭയാർത്ഥി ക്യാമ്പുകൾ ഇസ്രയേലി പട്ടാളം തകർത്തു. ഇസ്രയേലി പട്ടാളടാങ്കിലെ ഗണ്ണറായി യുദ്ധരംഗത്തുണ്ടായിരുന്ന മാവോസ് തന്റെ അനുഭവങ്ങളാണ്, 2009ൽ നിർമ്മിച്ച ലെബനോൻ എന്ന ചിത്രത്തിൽ പ്രമേയമാക്കിയിരിക്കുന്നത്.

യുദ്ധം കഴിഞ്ഞ്, അതിന്റെ മാനസികാഘാതത്തിൽ വീട്ടിൽ എത്തിയ

മാവോസ് തന്റെ മനസ്സിനേറ്റ മുറിവ് ബന്ധുക്കളുടെ മുമ്പിൽ എത്തിക്കാൻ കഴിയാതെ വിഷമിച്ചിരുന്നു. അതിനെപ്പറ്റി അദ്ദേഹത്തിന്റെ വാക്കുകൾ ഇങ്ങനെയായിരുന്നു: "ഞങ്ങൾക്ക് ഒന്നിനെപ്പറ്റിയും പരാതിപ്പെടാൻ കഴിയില്ലായിരുന്നു, കാരണം ഞങ്ങളുടെ മാതാപിതാക്കളും ബന്ധുക്കളും ഇതിലും വലിയ ദുരന്തമായ ഹോളോകാസ്റ്റ് നേരിട്ടവരായിരുന്നു. അവർ ഞങ്ങളോട് പറഞ്ഞത് ഇതായിരുന്നു: "അതിജീവിക്കുക, ഞങ്ങൾ ഹോളോകാസ്റ്റ് അതിജീവിച്ചില്ലേ?'

യുദ്ധത്തിന് ശേഷം, ഇസ്രയേലിലെ Beil Zvi School of Performing Arts ൽ ഛായഗ്രഹണത്തിലും സംവിധാനത്തിലും പരിശീലനം നേടിയ അദ്ദേഹം നിർമ്മിച്ച ആദ്യ ചിത്രം, Total Eclipse(2000) എന്ന ഷോർട് ഫിലിമായിരുന്നു. തുടർന്നാണ് തന്റെ ആദ്യ ഫീച്ചർ ഫിലിം 'ലെബനോൻ (2009)' സംവിധാനം ചെയ്തത്.

1982 ജൂണിൽ ലെബനോനിൽ ഇസ്രയേലി പട്ടാളം പാലസ്തീനികൾക്ക് നേരെ നടത്തിയ കിരാതമായ ആക്രമണത്തിന്റെ ദുരന്തകാഴ്ച കളാണ് 'ലെബനോൻ' പ്രേക്ഷകരിലെത്തിക്കുന്നത്. സൂര്യകാന്തിപ്പാടങ്ങളുടെ സ്വർണ്ണവർണ്ണ കാഴ്ചകളുടെ സമൃദ്ധിയിൽ തുടങ്ങുന്നു ചിത്രം. ഇസ്രയേലി എയർഫോഴ്സ് ബോംബിട്ട് നശിപ്പിച്ച ലെബനോണിലെ ചെറു പട്ടണത്തിൽ തിരച്ചിൽ നടത്തുന്ന ഇസ്രയേലി ടാങ്ക്. അതിലെ നാല് പട്ടാളക്കാരും ആദ്യമായി യുദ്ധരംഗത്തെത്തിയവരാണ്. ടാങ്കിലെ ഗണ്ണർ ഷ്മലിക്ക്, കമാൻഡറുടെ വെടിവെക്കാനുള്ള നിർദ്ദേശം ലഭിക്കുമ്പോൾ

• ലെബനോൻ

വിറയ്ക്കാൻ തുടങ്ങുന്നു.നഗരത്തിൽ കാറിലെത്തുന്ന സംഘത്തെ വെടി വെക്കാനാവശ്യപ്പെട്ടപ്പോൾ ഷ്മലിക്കിന് ലക്ഷ്യം തെറ്റി ഒരു ഇസ്രയേലി പട്ടാളക്കാരൻ കൊല്ലപ്പെടുന്നു. തുടർന്ന് ഒരു റോക്കറ്റ് ആക്രമണത്തിൽ ടാങ്ക് ഭാഗികമായി തകരുന്നു. അതിനൊപ്പം സിവിലിയൻമാരും മരിക്കുന്നു. പിടിക്കപ്പെട്ട ഒരു സിറിയക്കാരനെ ടാങ്കിൽ അവർ തടവിലാക്കുന്നു. ഒറ്റപ്പെട്ട ഒരു സ്ഥലത്തെത്തിയപ്പോൾ ടാങ്കിന്റെ മുമ്പോട്ടുള്ള യാത്ര നിർത്താൻ ഹെഡ്ക്വാട്ടേഴ്സിൽ നിന്നും ആജ്ഞ ലഭിക്കുന്നു. പിന്നീട് ടാങ്കിന്റെ യാത്ര ലബനനിലെ ഫ്ലാൻജെസ്റ്റ് (ക്രിസ്ത്യൻ ഡമോക്രാറ്റിക്) പാർടിക്കാരുടെ നിർദ്ദേശമനുസരിച്ചാണ്.തെറ്റായ വഴിക്ക് എത്തിയ ടാങ്ക് ഒടുവിൽ ആക്രമിക്കപ്പെടുകയാണ്.ഡ്രൈവർ യിഗൽ കൊല്ലപ്പെടുന്നു. ചിത്രമവസാനിക്കുമ്പോൾ ടാങ്ക്, സൂര്യകാന്തിപ്പാടത്ത് മടങ്ങി വന്നു നിൽക്കുന്നതാണ് നാം കാണുന്നത്. വാൻഗോഗിന്റെ സൂര്യകാന്തിപ്പാടത്ത് കാണപ്പെടുന്ന കാക്കകളേപ്പോലെ ടാങ്കിന്റെ ദൃശ്യം, മനോഹരമായ പൂക്കളുടെ സുവർണ്ണകാഴ്ച്ചൾക്ക് വിരുദ്ധമായിത്തന്നെ പ്രേക്ഷകർ സ്വികരിക്കുന്നു.

1982 ലെ ഒന്നാം ലെബനോൻ യുദ്ധത്തിൽ ഇസ്രായേലി ആംഡ് കോപ്സിന്റെ (Israeli armed corps) ഭാഗമായി പങ്കെടുത്തപ്പോൾ താനനുഭവിച്ച ദുരന്തങ്ങളുടെ ഓർമ്മകളിലാണ് മവോസ് 'ലെബനോൻ ' നിർമ്മിച്ചത്. അന്ന് ഇസ്രായേലി പട്ടാള ടാങ്കിൽ ഗണ്ണർ ആയിരുന്ന അദ്ദേഹത്തിന് കമാൻഡറുടെ നിർദ്ദേശമനുസരിച്ച് ആദ്യമായി ഒരാളെ കൊല്ലേണ്ടിവന്നു. അതിന്റെ ആഘാതത്തിൽ ലെബനോനിൽ നിന്നും നാട്ടിലേക്ക് തിരിച്ചു അദ്ദേഹം.അതേ കാഴ്ച്ചകൾ തന്നെയാണ് 'ലെബനോൻ' ദൃശ്യവൽക്കരിക്കുന്നത്. ചിത്രത്തിൽ മാവോസ്, ഷ്മലിക്ക് എന്ന കഥാപാത്രമാവുന്നു. പൂർണ്ണമായും ടാങ്കിനകത്ത് പ്രേക്ഷകരെ ഇരുത്തി അതിന്റെ വ്യൂഫൈൻഡറിലൂടെ പുറത്തുള്ള യുദ്ധത്തിന്റെ ഭീകരകാഴ്ച്ചകളിലേക്ക് അവരെ എത്തിക്കുന്നു മവോസ്. ടാങ്കിനകത്തെ നാലുപേരും ആദ്യമായി യുദ്ധരംഗത്തെത്തിയവരും ദുർബ്ബലഹൃദയരും ആണ്. അവർക്കൊപ്പം പ്രേക്ഷകരും യുദ്ധഭീകരതകളിലൂടെ ഒന്നര മണിക്കൂറിലേറെ സഞ്ചരിക്കുന്നു. ടാങ്കിനകത്ത് “Man is steel, but tank is only iron” എന്നെഴുതിവെച്ചിട്ടുണ്ടെങ്കിലും നാമൊരിക്കലും ഉരുക്ക് ഹൃദയത്തിന്റെ ഉടമകളാവുന്നില്ല, മറിച്ച് നമ്മെ ആർദ്രഹൃദയക്കാരായി മാറ്റുകയാണ് യുദ്ധം. ചിത്രത്തിന്റെ ഷൂട്ടിങ്ങിനിടയിൽ മവോസിന്റെ കാലിൽ പറ്റിയ ഒരു മുറിവിൽ നിന്നും വർഷങ്ങൾക്ക് മുമ്പ്, ലെബനോനിലെ യുദ്ധത്തിൽ തറച്ചുകയറിയ വെടിയുണ്ടച്ചീളുകൾ പുറത്തേക്ക് വന്നു. “ഇരുപത്തിനാല് വർഷങ്ങൾക്ക് മുമ്പുണ്ടായിരുന്ന

ദുരന്തത്തിന്റെ അവസാന അടയാളങ്ങളും പുറത്തേക്ക് പോയെന്നാണ്" മവോസ് ഇക്കാര്യത്തെപ്പറ്റി പറഞ്ഞത്.

ചിത്രത്തിലെ ശബ്ദക്രമീകരണം പ്രത്യേക പരാമർശമർഹിക്കുന്നുണ്ട്. ടാങ്കിന്റെ നീക്കങ്ങളുണ്ടാക്കുന്ന അസ്വസ്ഥകരമായ ശബ്ദങ്ങൾ, അതിനകത്തെ നാലുപേർ തമ്മിലുള്ള തർക്കങ്ങൾ, ഹെഡ് ക്വാർട്ടേഴ്സിൽ നിന്നും ലഭിക്കുന്ന വയർലെസ്സ് സന്ദേശങ്ങൾ, പുറത്തെ ശബ്ദശകലങ്ങൾ, അപൂർവ്വമായുള്ള സംഗീതം എന്നിവയൊക്കെ ചേർന്നുണ്ടാക്കുന്ന ശബ്ദങ്ങളുടെ വിന്യാസം അന്തരീക്ഷത്തിന്റെ വൈകാരികത ഒട്ടൊന്നുമല്ല വർദ്ധിപ്പിക്കുന്നത്. ലോകസിനിമയിലെ ഒരു അപൂർവ്വസൃഷ്ടിയായി 'ലെബനോൻ' മാറുന്നു എന്ന കാര്യത്തിൽ സംശയമില്ല. 2009 ലെ വെനീസ് അന്താരാഷ്ട്ര ചലച്ചിത്രോൽസവത്തിൽ മികച്ച ചിത്രത്തിനുള്ള 'ഗോൾഡൻ ലയൺ' പുരസ്കാരം അടക്കം നിരവധിഅന്താരാഷ്ട്ര അംഗീകാരങ്ങൾ ചിത്രം നേടിയിരുന്നു.

ഇസ്രയേൽ, പാലസ്തീനികൾക്കെതിരെ വർഷങ്ങളായി നടത്തിവരുന്ന രക്തച്ചൊരിച്ചൽ കാരണം ലോകരാഷ്ട്രങ്ങൾക്കിടയിൽ ഒറ്റപ്പെട്ടു നിൽക്കയാണല്ലോ. പാലസ്തീൻ യുദ്ധങ്ങൾക്കെതിരെ ആ രാജ്യത്തുനിന്നും ഇത്തരത്തിലുള്ള ചലച്ചിത്രങ്ങൾ ഉണ്ടാവുന്നു എന്നത് ചലച്ചിത്രകലയ്ക്ക് ഗുണകരമാണെന്ന് മാത്രമല്ല, ലോകസമാധാനത്തിന് തന്നെ വഴിയൊരുക്കുന്നു.

സാമുവെൽ മാവോസിന്റെ രണ്ടാമത്തെ ഫീച്ചർ ഫിലിം 'ഫോക്സ്ട്രോട്' ആധുനിക ഇസ്രായേലിൽ നടക്കുന്ന സംഭവത്തിന്റെ മൂന്ന് ഭാഗങ്ങളിലായുള്ള ചിത്രീകരണമാണ്. അത് വിശ്വാസം, ആഗ്രഹം, വേദന എന്നീ വിഷയങ്ങൾ കേന്ദ്രീകരിച്ചാണ് നിർമ്മിച്ചിരിക്കുന്നത്. 2009 ൽ മാവോസ് നിർമ്മിച്ച ടാങ്ക് ചിത്രം 'ലെബനോൻ' പോലെ ഇതിന്റെ രണ്ടാം ഭാഗം, നാല് ഇസ്രയേലി പട്ടാളക്കാരേയും അവരുടെ ഡ്യൂട്ടി സമയത്ത് നടക്കുന്ന സംഭവങ്ങളേയും കേന്ദ്രീകരിക്കുന്നു. എന്നാൽ 'ഫോക്സ്ട്രോട്' ഒരു പതിവ് ഇസ്രയേൽ യുദ്ധചിത്രമല്ല.

വെനീസ് അന്താരഷ്ട്ര ചലച്ചിത്രോൽസവത്തിൽ ഗ്രാൻഡ് ജ്യൂറി പ്രൈസ് നേടിയശേഷം 'ഫോക്സ്ട്രോട്' ഇസ്രയേലിൽ നിന്നുള്ള മികച്ച വിദേശചിത്രത്തിനുള്ള ഓസ്കാർ നോമിനേഷനായി തിരഞ്ഞെടുക്കപ്പെട്ടു. എന്നാൽ ഈ അംഗീകാരങ്ങൾ ഇസ്രയേലിലെ സാംസ്കാരികമന്ത്രി മിറി റിഗേവിനേയും അവരുടെ അനുയായികളേയും പ്രകോപിതരാക്കി. ചിത്രത്തിന്റെ രണ്ടാമത്തെ ഭാഗത്തിൽ ഇസ്രയേലി പട്ടാളക്കാർ നിരപരാധികളായ പാലസ്തീനികളെ വെടിവെച്ചുകൊല്ലുകയും തെളിവുകളെല്ലാം നശിപ്പിക്കയും ചെയ്യുന്നതായി ദൃശ്യവൽക്കരിച്ചു എന്നതായിരുന്നു

പ്രധാന ആരോപണം. ഇതിന്റെ പേരിൽ മാവോസിനും ചിത്രത്തിലെ മുഖ്യ നടൻ അഷ്കനേസിക്കും നേരെ വധഭീഷണി വരെ ഉണ്ടായിരുന്നു.

സാമുവെൽ മാവോസുമായി ഫിലിം കമന്റ് ലേഖിക നേത അലക്സാണ്ഡർ നടത്തിയ അഭിമുഖത്തിന്റെ പ്രസക്തഭാഗങ്ങൾ :-

അഭിമുഖത്തിൽ മാവോസ് താന്റെ ചിത്രമുണ്ടാക്കിയ വിവാദത്തെക്കുറിച്ചും അതിന്റെ ഓസ്കാർ സാദ്ധ്യതകളെക്കുറിച്ചും, മാനസികാഘാതവും സർഗ്ഗാത്മതകയും തമ്മിലുള്ള ബന്ധത്തേക്കുറിച്ചും സംസാരിക്കുന്നു:

ചോ: 'ലെബനോ'നും 'ഫോക്സ്ട്രോട്ടും' യുദ്ധചിത്രങ്ങളിലെ നാടകീയതയുടെ പാരമ്പര്യത്തിൽ നിന്നുകൊണ്ട് തന്നെ അത് വീണ്ടും കണ്ടെത്താനുള്ളശ്രമങ്ങൾ നടത്തുന്നു. താങ്കളെ ഏതെങ്കിലും യുദ്ധചിത്രങ്ങൾ സ്വാധീനിച്ചിരുന്നോ?

സാമുവൽ മാവോസ് : രണ്ട് ചിത്രങ്ങളും എന്തുകൊണ്ടാണ് യുദ്ധസിനിമകളാണെന്ന് പറയുന്നതെന്ന് എനിക്കറിയാം, എന്നാൽ അവ രണ്ടും കൃത്യമായി ആ നിർവ്വചനത്തിലൊതുങ്ങുന്നില്ല. 'വേർ ഈഗിൾസ് ഡെയർ (1968)', 'ഐസ് സ്റ്റേഷൻ സീബ്ര (1968)' പോലുള്ള യുദ്ധചിത്രങ്ങളുമായി അവയ്ക്ക് ഒരു ബന്ധവുമില്ല. ശരിക്ക് പറഞ്ഞാൽ പ്രസിദ്ധങ്ങളായ യുദ്ധസിനിമകൾക്ക് യുദ്ധവുമായി കാര്യമായ ബന്ധമുണ്ടാകാറില്ല ഉദാഹരണമായി, 'അപ്പോക്കാലിപ്സ് നൗ' നോക്കു. ഇതിൽ യുദ്ധത്തെ മനുഷ്യപ്രകൃതം പഠിക്കാനുതകുന്ന മൗലികമായ ഒരു ദൃശ്യസംവിധാനമായാണ് ഉപയോഗിക്കുന്നത്. സ്വന്തം ജീവൻ രക്ഷിക്കുന്ന ഘട്ടത്തിൽ നമ്മുടെ ആത്മാവിന് എന്താണ് സംഭവിക്കുന്നത്? നമ്മുടെ ജീവിതത്തിൽ നാം നിലനിർത്തി പ്പോന്നിരുന്ന സദാചാരം, വിനയം, ദയ എന്നീ സ്വഭാവസവിശേഷതകൾ കാട്ടിലെ നീതിക്ക് വഴിമാറിക്കൊടുക്കുമ്പോൾ നമുക്കെന്താണ്സംഭവിക്കുന്നത്? കലാപത്തിൽ പ്പെടുന്ന കുട്ടികളുടെ ജീവിതം ആവിഷ്കരിക്കുമ്പോളാണ് 'ഏറ്റവും മികച്ച യുദ്ധചിത്രം' നമുക്ക് ലഭിക്കുക. ഒന്നോ രണ്ടോ ദിവസങ്ങൾക്കുള്ളിൽ അവരുടെ മാനസികമായ പരിവർത്തനം പൂർത്തിയാകും; ധാർമ്മിക മൂല്യങ്ങളെല്ലാം അപ്രസക്തമാവും, അതിജീവിക്കാനുള്ള ത്വര മാത്രം അവരിൽ അവശേഷിക്കും. അത് സിനിമയിലൂടെ മാത്രം ലഭിക്കുന്ന, സൂക്ഷ്മനിരീക്ഷണമാവശ്യമായ, സവിശേഷമായ ഒരു മാനസിക അവസ്ഥയാണ്. അതുകൊണ്ടാണ്, 'അപ്പോകാലിപ്സ് നൗ' (Apocalypse Now,1979), 'ദ ഡീർ ഹണ്ടർ' (The deer hunter,1978) എന്നിവ എന്നെ ആകർഷിച്ചിരുന്നെങ്കിലും എന്റെ

• സാമുവെൽ മാവോസ്

പ്രചോദനകേന്ദ്രം എലെം ക്ളിമോവിന്റെ (Elem Klimov) (റഷ്യൻ ചലച്ചിത്രകാരൻ) രണ്ടാം ലോകമഹായുദ്ധചിത്രം 'കം ഏൻഡ് സീ' (Come and See,1985) യാവുന്നത്. ജർമ്മൻ സൈന്യത്തോട് പോരാടാനായി സോവിയറ്റ് സേനയിൽ ചേരുന്ന ഒരു കുട്ടിയുടെ കഥയാണ് ആ ചിത്രം പറയുന്നത്. ചിത്രത്തിന്റെ എല്ലാ വിശദാംശങ്ങളും ഓർക്കുന്നില്ലെങ്കിലും, കിരാതമായ ലോകത്തിൽ സ്വന്തം അതിജീവനത്തിനായി ആ കുട്ടി നടത്തുന്ന ശ്രമങ്ങൾ കണ്ടപ്പോഴുണ്ടായ വൈകാരികാനുഭവം എനിക്ക് ഒരിക്കലും മറക്കാൻ കഴിയില്ല.

എന്നെ സംബന്ധിച്ചടുത്തോളം ഇത് വെറുമൊരു കലാപരമായ വിലയിരുത്തൽ മാത്രമല്ല, വ്യക്തിപരമായ കാഴ്ചപ്പാടിന്റെ ഭാഗം കൂടിയാണ്. യുദ്ധമെന്ന നരകത്തിലെത്തി മാരകമായി മുറിവേറ്റവനാണ് ഞാൻ. 1982 ലെ ലെബനോൻ യുദ്ധത്തിൽ ലെബനോനിൽ കടന്ന ആദ്യ പട്ടാളടാങ്കിലെ ഗണ്ണറായി സേവനം ചെയ്ത എനിക്ക് വെറും ഇരുപത് വയസ്സുമാത്രമായിരുന്നു പ്രായം. അക്കാലത്തെ അനുഭവങ്ങളാണ് 'ലെബനോൻ' എന്ന ചിത്രത്തിൽ ആവിഷ്കരിച്ചത്. മറ്റുള്ളവരെ കൊല്ലുകയെന്നാലെന്താണെന്ന് ആ യുദ്ധം എന്നെ പഠിപ്പിച്ചു. എനിക്ക് മറ്റ് മാർഗങ്ങളൊന്നുമുണ്ടായിരുന്നില്ല. എങ്കിലും മനുഷ്യരെ കൊന്നു എന്ന അതിതീവ്രമായ ഭാരത്തോടെയാണ് ഞാൻ ജീവിക്കുന്നതെന്ന് അറിവ് സഹിക്കാവുന്നതിലുമപ്പുറമായിരുന്നു. ഫോക്സ്ട്രോട് പിറവിയെടുക്കുന്നത് മറ്റൊരു സ്ഥലത്തുവെച്ചാണ്. 2009 ൽ 'ലെബനോൻ' റിലീസ് ചെയ്ത സമയത്ത് ചില ഇസ്രയേലി പട്ടാളക്കാരുടെ അനുഭവങ്ങൾ കേട്ടപ്പോൾ ഞാൻ അമ്പരന്നുപോയി. ഞാൻ ഒറ്റയ്ക്കല്ലെന്ന് എനിക്ക് ബോദ്ധ്യമായി. എന്റെ കഥയ്ക്ക് അനന്തമായ വ്യതിയാനങ്ങളുണ്ട്, അതുപോലെ തന്നെ അതുണ്ടാക്കുന്ന വേദനയ്ക്കും കുറ്റബോധത്തിനും നിരവധി രൂപഭേദങ്ങളും.

ചോ: അഷ്കനേസിയുടെ കഥാപാത്രം, മിഹായേൽ അങ്ങയുടെ രൂപഭേദമാണോ?

മാവോസ്: തീർച്ചയായും. 'ഫോക്സ്ട്രോ'ട്ടിൽ, യുദ്ധത്തിൽ പങ്കെടുത്ത ഒരാളെക്കുറിച്ചുള്ള നമ്മുടെ തെറ്റായ ധാരണകൾ തിരുത്താൻ ശ്രമിക്കുക യായിരുന്നു ഞാൻ. അത്തരമൊരാൾ, രാത്രി താൻ യുദ്ധത്തിനിടയിലാണെന്ന് കരുതി ഉറക്കത്തിൽ നിന്നു ഞെട്ടിയുണരുമെന്ന നമ്മുടെ തെറ്റായ ധാരണകളെ മാറ്റുകയാണ് മിഹേൽ. വളരെ ഊർജ്ജ്വസ്വലനും, ജീവിതത്തിൽ വിജയിക്കുകയും ചെയ്ത ഒരു ആർക്കിടെക്റ്റ് ആണ് മിഹേൽ. തന്റെ ദൗർബ്ബല്യവും രഹസ്യങ്ങളും മറച്ചു വെക്കാൻ അയാൾ എന്തും ചെയ്യും. മകൻ മരിച്ചെന്നറിഞ്ഞപ്പോൾ അയാൾക്ക് പൊട്ടിക്കരയാൻ പറ്റുന്നില്ല, പകരം അയാൾ തന്റെ പട്ടിയെ ക്രൂരമായി ചവിട്ടി വേദനിപ്പിക്കുകയാണ്. മിഹേലിനെപ്പോലെ നിരവധിപേർ ഇസ്രയേലിലുണ്ട്. അവർക്ക് ഒരു പരാതിയും മാതാപിതാക്കളോട് പറയാൻ കഴിയില്ല, കാരണം ഹോളോകാസ്റ്റെന്ന അതിഭീകരത അതിജീവിച്ച്, ജീവിതത്തിൽ കടന്നു കയറിയവരാണവർ. ഈ മാനസികപീഡനം പലതലമുറകളായി ഞങ്ങൾ അനുഭവിച്ചുകൊണ്ടിരിക്കയാണ്. അങ്ങനെ മാനസികാഘാതത്തിന്റെ ചാക്രികതയായ 'ഫോക്സ്ട്രോട്' നൃത്തച്ചുവടുകളിലേക്ക് അറിയാതെ എത്തുകയാണ്. എവിടെത്തുടങ്ങുന്നുവോ അവിടെത്തന്നെ എത്തിച്ചേരുന്നു നാം.

ചോ: 'ഫോക്സ്ട്രോട്' ഗ്രീക്ക് ദുരന്തകഥപോലെയുണ്ട്, മൂന്ന് ഭാഗങ്ങളുണ്ട് എന്നത് കൊണ്ട് മാത്രമല്ല, ചിത്രത്തിലെ വിശ്വാസം, സ്വതന്ത്രചിന്ത, അഹങ്കാരം ഇവയെല്ലാം ഗ്രീക്ക് കഥയിൽ നിന്നും കടമെടുത്തതുപോലെ. എങ്ങനെയാണ് ഇത്തരമൊരു ആശയം രൂപപ്പെട്ടുവന്നത്?

മാവോസ്: ചിത്രം ഗ്രീക്ക് ദുരന്തനാടകം പോലെതന്നെയാണ് മുമ്പോട്ട് പോകുന്നത്. നായകൻ തന്റെ ശിക്ഷ വിളിച്ചുവരുത്തുന്നതും തന്നെ രക്ഷിക്കാനായി വരുന്നവരോട് ഏറ്റുമുട്ടുന്നതും എല്ലാം അതുപോലെ തന്നെ. പക്ഷെ ഇവിടെ ഒരു ഐറണി ഉണ്ട്. മിഹേൽ താനാരംഭിച്ചിടത്തു തന്നെ വന്നെത്തുന്നു എന്നതാണത്. അയാൾക്ക് തന്റെ അഹങ്കാരത്തിന് മകന്റെ ജീവൻകൊണ്ട് വില നൽകേണ്ടിവരുന്നു.

പക്ഷേ, ഇസ്രയേൽ പഴയ ഗ്രീസ് അല്ല, അവിടെ വിശ്വാസം മാറുന്നില്ല, അത് ദൈവം കാരണമല്ല, ഇസ്രയേലിലെ ദുരന്തപൂർണ്ണമായ നിലനിൽപ്പിന്റെ പ്രത്യേകതയാണത്. അതെപ്പോഴും ഹോളോകാസ്റ്റിൽ ചെന്നെത്തിനിൽക്കുന്നു. ഇന്ന് ഇസ്രയേൽ സങ്കേതിക മികവിന്റേയും

അണുവായുധങ്ങളടക്കമുള്ള സൈനികശക്തിയുടേയും കാര്യത്തിൽ മിഡിൽ ഈസ്റ്റിൽ തന്നെ മുൻപിലാണ്. എന്നിട്ടും ഭരണാധികാരികൾ ചുറ്റുമുള്ള ശത്രുക്കളുടെ കാര്യം പറഞ്ഞ് ജനങ്ങളെ പേടിപ്പിച്ച് നിർത്തുകയാണ്.

ചിത്രം മൂന്ന് ഭാഗങ്ങളായി ക്രമപ്പെടുത്തിയതിന് കാരണമുണ്ട്. പ്രേക്ഷകർക്ക് ഒരു വൈകാരികസഞ്ചാരം നടത്താൻ ഇത് സഹായകമായി. ആദ്യഭാഗം അവരെ ഷോക്ക് ചെയ്യുന്നു, രണ്ടാം ഭാഗം ഹിപ്നോട്ടൈസ് ചെയ്യുമ്പോൾ അവസാനഭാഗം വൈകാരികമായി ചലിപ്പിക്കുകതന്നെ ചെയ്യുന്നു. സിനിമാറ്റിക് ആയ പലവിധ സങ്കേതങ്ങളുപയോഗിച്ച് ഓരോ ഭാഗത്തേയും കേന്ദ്രകഥാപാത്രത്തിന്റെ അവസ്ഥ ദൃശ്യവൽക്കരിക്കുന്നു. മിഹേലിനെ കേന്ദ്രീകരിച്ചുള്ള ആദ്യഭാഗം അയാളെപ്പോലെ തന്നെ വളരെ കൃത്യവും മൂർച്ചയേറിയതുമാണ്. അവസാനഭാഗം ഡഫ്നയെപ്പോലേതന്നെ ഊഷ്മളമായതുമാണ്.

ചോ: രണ്ടാം ഭാഗം നടക്കുന്നത് സർറീയലായ ഒരു പട്ടാള ഔട്ട്പോസ്റ്റിൽ ആണ്. അവിടെ കാവലിരിക്കുന്ന നാല് പട്ടാളക്കാരും വല്ലപ്പോഴും അതിലെ കടന്നുപോകുന്ന ഒട്ടകകത്തേയുമാണ് നാം കാണുന്നത്. ചിത്രത്തിൽ പൊതുവേ സംഭാഷണം വളരെ കുറവാണ്. ഈ ഭാഗത്ത് അത് തീരെയില്ല. അതിലെ വക്രീകരിച്ച ഹാസ്യവും സർറീയലിസവും എന്നെ പാലസ്തീൻ ചലച്ചിത്രകാരൻ എലിയ സുലൈമാന്റെ (Elia Suleiuman) 2002 ചിത്രം 'ഡിവൈൻ ഇന്റെർവെൻഷൻ' (Divine Intervention) ഓർമ്മിപ്പിച്ചു.

മാവോസ്: ഞാൻ അപ്പോൾ സുലൈമാനെ ഓർത്തിരുന്നില്ല. നിങ്ങൾ പറഞ്ഞ ഒരു കാര്യം വളരെ ശരിയാണ്, 'ഫോക്സ്ട്രോട്', സംഭാഷണങ്ങൾ അടിസ്ഥാനമാക്കിയ ഒരു ചിത്രമല്ല. ഞാൻ ദൃശ്യങ്ങൾ അടിസ്ഥാനപ്പെടുത്തി ചിന്തിക്കുന്നയാളാണ്. എന്റെ മനസ്സിൽ ഒരാശയം രൂപപ്പെടുന്നത് ഒരു ദൃശ്യത്തെ അടിസ്ഥാനപ്പെടുത്തിയായിരിക്കും. പിന്നീടാണത് കഥയും സംഭാഷണവുമൊക്കെയായി വികസിക്കുന്നത്. എന്റെ എല്ലാ ചിത്രങ്ങളും ദൃശ്യപരമായ ഉത്തേജനങ്ങളാൽ രൂപപ്പെട്ടവയാണ്. കഥാപാത്രങ്ങളുടെ ആത്മാവും അവരനനുഭവിക്കുന്ന പീഡനങ്ങളും ആണ് ഈ ചിത്രങ്ങളിലൂടെ ആവിഷ്കരിക്കാൻ ഞാൻ ശ്രമിക്കുന്നത്. ടെക്സ്റ്റ് യഥാർത്ഥത്തിൽ സിനിമയുടെ ഒരു ശത്രുവാണ്. എനിക്ക് സംഭാഷണമില്ലാതെ ഒരു വികാരം ചിത്രത്തിൽ അവതരിപ്പിക്കാൻ കഴിഞ്ഞാൽ ഞാൻ ആ വഴി സ്വീകരിക്കും. മിഹേലിന്റെ അപ്പാർട്മെന്റിന്റെ കാഴ്ച്ച പകുതികഥ പറയുന്നുണ്ട്. കൃത്യമായി ഒതുക്കിവെച്ച ഫർണ്ണിച്ചർ,

അയാളുടെ ശരീരഭാഷ എന്നിവ നമ്മെ പകുതി സംഭാഷണത്തിൽ നിന്നും രക്ഷിക്കുന്നു.

ചോ: 'ലെബനോനെ'പ്പോലെ 'ഫോക്സ്ട്രോട്ടും' ദേശീയ ആഘാതം എന്നതിനു പുറമെ താങ്കൾക്ക് വന്ന മാനസിക ആഘാതത്തെപ്പറ്റിയുള്ള ഒരു ചിത്രമാണ്,ഈയടുത്ത് ഞാൻ നിക്ക് കേവിന്റെ (Nick Cave, ആസ്ത്രേലിയയിലെ നടൻ) 'വൺ മോർ ടൈം വിത് ഫീലിങ്' (One more time with feeling) എന്ന ഡോക്യുമെന്ററി കണ്ടു. അത് അദ്ദേഹം ചെറുപ്പക്കാരനായ സ്വന്തം മകൻ നഷ്ടപ്പെട്ട ഉടനെ ചെയ്ത പടമാണ്. അതിലെ ഒരു ഹൃദയഭേദകമായ രംഗത്തിൽ അദ്ദേഹം എല്ലാ നല്ല സൃഷ്ടികളും വേദനയിൽ നിന്നാണ് ഉണ്ടാവുന്നതെന്ന സിദ്ധാന്തം നിഷേധിക്കുന്നുണ്ട്. നേരെമറിച്ച്, ദുരന്തങ്ങൾ ക്രിയേറ്റിവിറ്റി നശിപ്പിക്കുന്ന തമോദ്വാരങ്ങളാ (black holes) ണെന്നാണ് കേവ് അഭിപ്രായപ്പെടുന്നത്.

മാവോസ്: തീർച്ചയായും. അതുകൊണ്ടുതന്നെയാണ് എനിക്ക് ലെബനോനിന്റെ തിരക്കഥ പൂർത്തിയാക്കാൻ രണ്ട് ദശാബ്ദങ്ങളെടുക്കേണ്ടി വന്നത്. എന്റെ ഇരുപതുകളിൽ ഞാനത് എഴുതാനായി ശ്രമിച്ചിരുന്നു. പക്ഷേ വൈകാരികമായ കാഴ്ച്ചപ്പാട് കൃത്യമായിരുന്നില്ല. ഹൃദയത്തിനേറ്റ മുറിവ് ഉണങ്ങിയിട്ടു മുണ്ടായിരുന്നില്ല. വേദന മൂലം ഒരു തരം മരവിച്ച അവസ്ഥയിലായിരുന്നു ഞാൻ. കുറേ വർഷങ്ങൾ കടന്നുപോയപ്പോൾ ഷ്മുലിക്ക് എന്ന ഗണ്ണറുടെ കഥ എഴുതുവാൻ എനിക്ക് സാധിച്ചു. അപ്പോൾ അയാളുടെ വേദന എന്റേതായി കാണാതെ, എഴുതുവാൻ എനിക്ക് കഴിഞ്ഞു. ഒരു തിരക്കഥാകൃത്ത് അയാളുടെ കഥാപാത്രങ്ങളുമായി താദാത്മ്യം പ്രാപിക്കുന്നതുപോലെ ഞാൻ അയാളുടെ പീഡനങ്ങളെ തിരിച്ചറിഞ്ഞു, അതിലുമുപരിയായി മറ്റൊന്നുമുണ്ടായില്ല.

ചോ: ചലച്ചിത്രസംവിധാനം ഒരു തെറാപ്പിയാണെന്ന് കരുതുന്നുണ്ടോ?

മാവോസ്: ഇത്തരത്തിലുള്ള വേദനയ്ക്ക് എന്തെങ്കിലും ചികിൽസയുണ്ടോ എന്നെനിക്കറിയില്ല. അത് കുറക്കാൻ ശ്രമിക്കാതെ നിങ്ങളതുമായി കഴിയാൻ ശീലിക്കുന്നു. ഞാൻ തുടർന്നുവരുന്ന തെറാപ്പിയിൽ എഴുത്ത്,ചലച്ചിത്രനിർമ്മാണം ഇവയ്ക്ക് പുറമെ, ആരോഗ്യകരമായ രീതിയിലുള്ള ഒരു ഡോസ് അടിച്ചമർത്തലും ഉൾപ്പെടുന്നു. തെറാപ്പിക്ക് വിധേയനാകാത്ത ഒരാളെന്നനിലയ്ക്ക് സ്വയം അടിച്ചമർത്തൽ മോശമാണെന്ന് ഞാൻ കരുതുന്നില്ല. അത് നമ്മെ മുമ്പോട്ട് പോകാൻ പലപ്പോഴും സഹായിക്കുന്നുണ്ട്.

ചോ: ചിത്രം മിഹേലിന്റെ വ്യക്തിപരമായ പീഡനങ്ങളെ ഇസ്രയേലിന്റെ ദേശീയപീഡനമാക്കി മാറ്റുന്നു. അതുകൊണ്ടായിരിക്കാം ചിത്രം വളരെ ചൂടുപിടിച്ച ചർച്ചകൾക്ക് കാരണമായത്. മിറിറെഗേവും (ഇസ്രായേൽ മന്ത്രി) അവരുടെ വലതുപക്ഷ പ്രവർത്തകരും നിങ്ങളെ ആക്രമിച്ചപ്പോൾ ഇടതുപക്ഷപത്ര പ്രവർത്തകർ ഫോക്സ്ട്രോട് സൈനിക കീഴ്പ്പെടുത്തലിനെ സൗന്ദര്യവൽക്കരിച്ചു എന്ന ആരോപണമാണ് ഉന്നയിച്ചത്. ചിത്രം ആവശ്യത്തിലേറെ 'ഭംഗി'യുള്ളതായി എന്നതായിരുന്നു അവരുടെ വാദം. ഈ വിമർശനങ്ങളോട് എങ്ങനെയാണ് പ്രതികരിക്കുന്നത്?

മാവോസ് : ആദ്യമായി പറയട്ടെ, അവരുടെ ആരോപണം തികച്ചും തെറ്റാണ്.ഇത് അധിനിവേശത്തെക്കുറിച്ചോ പാലസ്തീനിനേക്കുറിച്ചോ ഉള്ള ചിത്രമല്ല. നേരെമറിച്ച് ഇസ്രായേലി സമൂഹത്തെക്കുറിച്ചുള്ള ചിത്രമാണ്, ഒരു കലാസൃഷ്ടി യാഥാർത്ഥ്യം പുനഃസൃഷ്ടിക്കാൻ ശ്രമിക്കുകയല്ല വേണ്ടത്. നേരെമറിച്ച് യാഥാർത്ഥ്യത്തെ വ്യാഖ്യാനിക്കുവാനും അതിൽ ഒളിഞ്ഞുകിടക്കുന്ന ഭാഗങ്ങളെ പുറത്തെത്തിക്കുവാനും അതുവഴി അതിനെ പ്രകാശപൂർണ്ണമാക്കാനുമാണ് അത് ശ്രമിക്കേണ്ടത്. ഇതാണ് ഫോക്സ്ട്രോടിൽ ഞാൻ ചെയ്യാൻ ശ്രമിച്ചത്.

ഇസ്രയേലി സിനിമകളുടെ പശ്ചാത്തലത്തിൽ 'ഫോക്സ്ട്രോട്' ആവശ്യത്തിലേറെ ഭംഗിയുള്ളതാണെന്ന വിമർശനത്തെ ഞാൻ ഒരു ഐറണിയായാണ് കരുതുന്നത്. വർഷങ്ങളായി ഇസ്രയേലി ചിത്രങ്ങൾ ഭംഗിയില്ലാത്തവയെന്ന വിമർശനങ്ങളോടെ കലാമൂല്യമില്ലാത്ത ചിത്രങ്ങളായി തള്ളിക്കളയുന്ന അവസ്ഥയുണ്ടായിരുന്നു. എന്നെ സംബന്ധിച്ചടുത്തോളം 'ഭംഗിയുള്ളവ', 'ഭംഗിയില്ലാത്തവ' എന്നിങ്ങനെയുള്ള വേർതിരിവ് തന്നെ അർത്ഥശൂന്യമാണ്. 'ഫോക്സ്ട്രോട്' എന്റെ ആന്തരികലോകത്തിന്റെ പ്രകാശനമാണ്. അതിനാവശ്യമായ ചലച്ചിത്രരീതി ഞാനതിൽ ഉപയോഗിച്ചു എന്നു മാത്രം.മുകളിൽ നിന്നുമെടുത്ത ഷോട്ടുകൾ ഞാനുപയോഗിക്കാൻ കാരണം അവ ദൃശ്യപരമായി മേന്മയുള്ളവയായതുകൊണ്ടല്ല, മറിച്ച്,നമുക്ക് നമ്മുടെ വിശ്വാസങ്ങൾക്ക് മേൽ ഒരു നിയന്ത്രണവുമില്ല എന്ന് സൂചിപ്പിക്കാനാണ്. മേലെ നിന്നു നോക്കുമ്പോൾ മിഹേലും പട്ടാളക്കാരുമെല്ലാം തന്നെ ഏതോ അദൃശ്യകരങ്ങളാൽ നിയന്ത്രിക്കപ്പെടുന്ന, ചെസ്സ് ബോർഡിലെ ചെറിയ കരുക്കളെപ്പോലെ തോന്നിക്കുന്നു. ഈ അദൃശ്യശക്തികൾ ദൈവങ്ങളോ, ഇസ്രായേലിലെ രാഷ്ട്രീയനേതൃത്വമോ ആകാം. അതുകൊണ്ട് ഞാൻ ഈ

ആക്രമണങ്ങളെ തള്ളിക്കളയുന്നു. അതേസമയം, അവ ചിത്രത്തിന്റെ ശക്തിയെയാണ് സൂചിപ്പിക്കുന്നത്, ചിത്രം ഒരു ചർച്ചയ്ക്ക് വഴിയൊരുക്കി എന്നത് ഒരു ചലച്ചിത്രകാരൻ എന്ന നിലയ്ക്ക് ഞാനെന്റെ ലക്ഷ്യം നേടി എന്നു തന്നെയാണ് തെളിയിക്കുന്നത്.

ചോ: ചിത്രം ഇത്തരത്തിലുള്ള ചർച്ചകൾക്ക് വഴിവെക്കും എന്ന് നിങ്ങൾ കരുതിയിരുന്നോ? ഇവ ഇസ്രയേലിലും വിദേശത്തുമുള്ള ചിത്രത്തിന്റെ പ്രാധാന്യം വർദ്ധിക്കാൻ കാരണമായിട്ടുണ്ടോ?

മാവോസ്: റിഗേവ്, ചിത്രം റിലീസ് ചെയ്യുന്നതിനുമുമ്പാണ് അതിനെ ആക്രമിച്ചത് എന്ന കാര്യം എന്നെ അത്ഭുതപ്പെടുത്തിയിരുന്നു. അവരുടെ ആക്രമണം, ചിത്രത്തിന്റെ പ്രമേയം കൃത്യമാണ് എന്ന് സ്ഥാപിക്കുകതന്നെയാണ് ചെയ്യുന്നത്. 'ഫോക്സ്ട്രോട് ' ഇസ്രയേലിന് ഗുണകരമല്ലെന്നും ഇസ്രയേലി ഫിലിം ഫണ്ട് പോലെയുള്ള സർക്കാർ ഏജൻസികൾ ചിത്രത്തിന്റെ നിർമ്മാണത്തിന് സഹായം ചെയ്യരുതായിരുന്നു എന്നും റിഗേവ് പറഞ്ഞതിൽ നിന്നും ഇസ്രയേൽ സ്ഥിരമായി സംരക്ഷണം ആവശ്യമുള്ള ഒരു 'കൊച്ചുകുട്ടി' യാണെന്ന കാര്യം ഒരിക്കൽക്കൂടെ ബോദ്ധ്യപ്പെടുകയാണ്, അവരുടെ വിമർശനത്തിനു തൊട്ടു പിന്നാലെ അഭിപ്രായസ്വാതന്ത്ര്യത്തിന്റെ പേരിൽ വാദപ്രതിവാദങ്ങളും കലാകാരനെ പിന്തുണക്കണമെന്ന രീതിയിലുള്ള ചർച്ചകളും സജീവമായിരുന്നു.

ചോ: ഇത്തരം ചർച്ചകൾകൊണ്ടൊരു ഗുണമുണ്ടായി.ഓസ്കാർ പുരസ്കാരത്തിനായുള്ള മൽസരത്തിലേക്ക് ചിത്രം തിരഞ്ഞെടുക്കുന്നതിനുള്ള സാദ്ധ്യത അതോടെ വർദ്ധിച്ചു. ഓസ്കാർ പുരസ്കാരത്തിനുള്ള മൽസരത്തിലേക്ക് ചിത്രം തിരഞ്ഞെടുക്കപ്പെടുമെന്ന് അങ്ങ് കരുതുന്നുണ്ടോ?
(ഈ അഭിമുഖത്തിനുശേഷം ചിത്രം തിരഞ്ഞെടുക്കപ്പെട്ടു)

മാവോസ്: ദു:ഖത്തോടെ പറയട്ടെ, മറ്റ് മൽസരാർത്ഥികളെ അറിയില്ല, അതുകൊണ്ട് ആ ചോദ്യത്തിന് എനിക്ക് ഉത്തരം പറയാൻ പറ്റില്ല. ഒരു ഓസ്കാർ ലഭിക്കുന്നതോടെ നിരവധി വാതിലുകൾ തുറക്കുകയാണ്.അതിനാലാണ് എല്ലാ ചലച്ചിത്രകാരന്മാരും അത് സ്വപ്നം കാണുന്നത്. അത് കേവലം പതിനഞ്ച് സെക്കന്റ് നേരത്തെ പുകഴ്ത്തലുകളുടെ വിഷയം മാത്രമല്ല.

ചോ: ഓസ്കാറിന്റെ കാര്യം നിൽക്കട്ടെ, നിങ്ങളുടെ ചിത്രങ്ങളുടെ അമേരിക്കൻ റീമേക്കുകളെപ്പറ്റിയോ അല്ലെങ്കിൽ നെറ്റ്ഫ്ളിക്സിനായി ഒരു ടെലിവിഷൻ പരമ്പര നിർമ്മിക്കുന്ന കാര്യത്തെപ്പറ്റിയോ ആലോചനയുണ്ടോ?

മാവോസ്: ഒന്നും കൃത്യമായി പറയാറായിട്ടില്ല. എന്തായാലും എന്റെ അടുത്ത പ്രൊജക്റ്റ് ഇംഗ്ലീഷിലായിരിക്കും. ഹീബ്രുഭാഷയിൽ എഴുതുകയും ചിത്രമെടുക്കയും ചെയ്യുന്നത് എനിക്കിഷ്ടമാണെങ്കിലും ഇസ്രയേലി ചിത്രങ്ങൾക്ക് പ്രേക്ഷകർ പരിമിതമാണ്. ഒരു ചലച്ചിത്ര കാരൻ എന്ന നിലയിൽ കഴിയുന്നത്ര ആളുകൾ എന്റെ ചിത്രങ്ങൾ കണ്ട് ആസ്വദിക്കണമെന്ന് തന്നെയാണ് എന്റെ ആഗ്രഹം.

ഈ അഭിമുഖം 'ഫോക്സ്ട്രോട്", 'ലെബനോൻ' എന്നീ ചിത്രങ്ങളുടെ സവിശേഷതകളിലൂടെ മാത്രമല്ല സഞ്ചരിക്കുന്നത്, വെറുപ്പിന്റെ രാഷ്ട്രീയം വളർത്തിക്കൊണ്ടുവരുന്ന ലോകരാഷ്ട്രങ്ങളുടെ കപടമുഖം കൂടെ അത് നമ്മിലേക്കെത്തിക്കുന്നു. സംഘർഷങ്ങൾ അവസാനിക്കുവാൻ ആത്മാർത്ഥമായി ആഗ്രഹിക്കുന്ന മാവോസ് എന്ന ചലച്ചിത്രകാരനെ യാണ്ഈ അഭിമുഖം നമ്മുടെ മുമ്പിൽ കൊണ്ടുവരുന്നത്.

സമകാലീന ഇസ്രയേൽ സിനിമാലോകത്ത് ഇതുപോലെ നിരവധി പേരുണ്ടെന്ന അറിവ് പ്രതീക്ഷയുടെ പുതിയ അദ്ധ്യായമാണ് ലോക സിനിമയിൽ തുറക്കുന്നത്, അതോടൊപ്പം ലോകത്ത് സമാധാനം പുന:സ്ഥാപിക്കപ്പെടും എന്ന ശുഭകരമായ വിശ്വാസവും.

:

8
പ്രസിദ്ധ പാലസ്തീൻ ഡോക്യുമെന്ററികൾ

പാലസ്തീൻ പ്രശ്നം പോലെ ഇത്രയധികം കാലപ്പഴക്കമുള്ള, ഇത് പോലെ ചർച്ച ചെയ്യപ്പെട്ടിട്ടുള്ള വിഷയം ലോകത്തിൽ കാണാൻ കഴിയില്ല എന്ന് വ്യക്തമാണ്. അന്താരാഷ്ട്ര ഇടപെടലുകൾ ഇത്രയധികം നടന്ന മറ്റൊരു വിഷയവും നമുക്ക് കാണാൻ കഴിയില്ല. വിദ്വേഷം, ഭീതി, മതം, രാഷ്ട്രീയം, മാധ്യമപ്രചരണം, കുപ്രചരണം ഇവയെല്ലാം പുറമെ നിരന്തരമായുള്ള ആക്രമണങ്ങൾ, പ്രത്യാക്രമണങ്ങൾ എന്നിവ കാലങ്ങളായി നടന്നുകൊണ്ടിരിക്കുന്നു. യാഥാർത്ഥ്യം എന്താണ് എന്ന് മനസ്സിലാക്കാൻ ഇസ്രായേൽ-പാലസ്തീൻ വിഷയത്തിൽ ലോകചലച്ചിത്രകാരന്മാർ/ചലച്ചിത്രകാരികൾ നിർമ്മിച്ച പത്തു പ്രസിദ്ധ ഡോക്യുമെന്ററികൾ സംക്ഷിപ്തമായി പരിശോധിക്കുകയാണ്.

1.ഫൈവ് ബ്രോക്കൻ ക്യാമറാസ് (5 Broken Cameras, 2012)

പാലസ്തീൻ ഇസ്രായേൽ സംഘർഷങ്ങളെക്കുറിച്ചുള്ള ഏറ്റവും പ്രസിദ്ധമായ ഡോക്യുമെന്ററി ആണ് ഇത്. പാലസ്തീനിലെ കർഷകനായ ഇമാദ് ബെർണറ്റും (Emad Burnat) ഇസ്രായേൽകാരൻ ഗൈ ഡേവിഡും (Guy Davide) ചേർന്നാണ് ഇത് സംവിധാനം ചെയ്തിരിക്കുന്നത്. പദ്ധതി തുടങ്ങിയത് ഇമാദ് ആയിരുന്നു, പിന്നീട് ഡേവിഡ് അതോടൊപ്പം ചേരുകയായിരുന്നു. 2012 Sundance അന്താരാഷ്ട്ര ചലചിത്രോത്സവത്തിൽ മികച്ച ഡോക്യുമെന്ററിക്കുള്ള പുരസ്കാരം

• ഫൈവ് ബ്രോക്കൻ ക്യാമറാസ്

നേടിയ ചിത്രം മറ്റ് പല അന്താരാഷ്ട്ര പുരസ്കാരങ്ങളും നേടിയിട്ടുണ്ട്.

ചിത്രം ഇങ്ങനെ പുരോഗമിക്കുന്നു: സ്വതന്ത്രമായി വെച്ച 5 ക്യാമറ കഥകൾ പറയുകയാണ്. പാലസ്തീൻ ഗ്രാമമായ ബിലിനിൽ വേലി പണിയാനായി ഇസ്രായേൽ, പാലസ്തീൻ കർഷകർ നട്ടുവളർത്തിയ നൂറുകണക്കിന് ഒലിവ് മരങ്ങൾ ബുൾഡോസർ ഉപയോഗിച്ച് പിഴുതു മാറ്റുന്നു. ഇത് തടഞ്ഞ പാലസ്തീൻ കർഷകരെ ഇസ്രായേൽ പോലിസ് മർദ്ദിച്ചു അറസ്റ്റ് ചെയ്യുന്നു. ഇത് ചിത്രീകരിച്ച അഞ്ചു ക്യാമറകളും അവർ അടിച്ചു തകർത്തു. തകർന്ന ക്യാമറകളിൽ നിന്ന് എടുത്ത ദൃശ്യ ങ്ങൾ ഉപയോഗിച്ച് നിർമ്മിച്ച ഡോക്യുമെന്ററിയാണ് 5 ബ്രോക്കൻ ക്യാമറാസ്. തൊണ്ണൂറ്റി നാല് മിനുറ്റ് ദൈർഘ്യമുണ്ട് ഈ ചിത്രത്തിന്.

2. ദ സിയോണിസ്റ്റ് സ്റ്റോറി (The Zionist Story)

റോണേൻ ബെറിലോവിച്ച് (Ronen Berilovich) സംവിധാനം ചെയ്ത സ്വതന്ത്ര ചിത്രമായ ഇത്, ഒരു ജൂതരാജ്യത്തിനായുള്ള വംശീയ ശുദ്ധീകരണം, കൊളോണിയലിസം, എന്നിവ പ്രമേയമാക്കുന്നു. ആർക്കൈവ് ഫുട്ടേജ് വളരെ കൃത്യമായി വിന്യസിച്ചിട്ടുള്ള ചിത്രത്തിലെ പ്രമേയവുമായി നമുക്ക് ചിലപ്പോൾ യോജിക്കാൻ കഴിയണമെന്നില്ല. കാരണം, ഏകമതസങ്കൽപ്പം നമുക്ക് അംഗീകരിക്കാൻ പറ്റാത്തതാണ ല്ലോ. റോണന്റേയും ഇലാൻ പെപ്പെ, അലൻ ഹാർട്ട് തുടങ്ങിയവരുടെ കമന്ററി ഡോക്യുമെന്ററിയിൽ കേൾക്കാം.

“ഞാൻ ഈയടുത്ത് ‘ദ സിയോണിസ്റ്റ് സ്റ്റോറി’യെന്ന ഡോക്യുമെന്ററി

പൂർത്തിയാക്കി. അതിൽ ഇസ്രായേൽ-പാലസ്തീൻ സംഘർഷത്തിന്റെ ചരിത്രം മാത്രമല്ല ഞാൻ പറയുന്നത്, അതിനുള്ള പ്രധാന കാരണം കൂടെയാണ്, സിയോണിസ്റ്റ് പ്രത്യയശാസ്ത്രമാണത്" സംവിധായകൻ റോണേൻ ബെറിലോവിച്ച് പറയുന്നു.

3. ഭദ്രസ് : ഇറ്റ് ടേക്ക്സ് എ വില്ലേജ് ടു യുണൈറ്റ് ദ മോസ്റ്റ് ഡിവൈഡഡ് പീപ്പ്ൾ ഓൺ ഏർത്ത്. (Budrus: It takes a village to unite the most divided people on earth, 2010)

പാലസ്തീൻ സാമൂഹിക സംഘാടകൻ, ആയെദ് മൊറാർ (Ayed Morrar) സംവിധാനം ചെയ്ത ഈ ഡോക്യുമെന്ററി നിരവധി പുരസ്കാരങ്ങൾ നേടിയിരുന്നു. പ്രാദേശികമായി രണ്ട് വിഭാഗങ്ങളായ ഫത്താഹ്, ഹമാസ് എന്നീ വിഭാഗങ്ങളെ ഒന്നിച്ച് ചേർത്ത്, പാലസ്തീൻ പോരാളികൾക്ക് ശക്തി പകരുന്ന മൊറാർ. അങ്ങനെ തന്റെ ഗ്രാമം ഭദ്രസിനെ ഇസ്രായേൽ സേനയിൽ നിന്ന് മോചിപ്പിക്കുന്നു.

ആയെദിന്റെ പതിനഞ്ച് വയസ്സായ മകൾ സ്ത്രീകളുടെ ഒരു സേനയുണ്ടാക്കി മുൻനിരയിലേക്ക് പോകും വരെ വിജയത്തിൽ നിന്നും എത്രയോ അകലെആയിരുന്നു അവർ. തുടർന്ന് അച്ഛനും മകളും മുൻനിരയിൽ ചേർന്ന് നിന്ന് പോരാടിയതോടെ അവർ വിജയത്തിലെത്തുകയായിരുന്നു. അധിനിവേശപ്രദേശത്തെ ചരിത്ര പ്രസിദ്ധമായ പോരാട്ടമായി ഇത് പാലസ്തീൻ ഓർമ്മകളിലുണ്ട്. പുരസ്കാര ജേതാവായ സംവിധായകൻ ജൂലിയ ബച്ചാ സംവിധാനം ചെയ്ത ഈ ചിത്രം വളരെയേറെ പാലസ്തീൻകാരെ ഇത്തരം പോരാട്ടങ്ങൾക്ക് പ്രേരിപ്പിക്കുന്നു. ഇത് പാലസ്തീനിൽ മാത്രമല്ല, മിഡിൽ ഈസ്റ്റിലെ എല്ലായിടങ്ങളിലും സാദ്ധ്യമാണെന്ന് സംവിധായകൻ പറയുന്നു.

4.ലൂയി തെരോ :ദ അൾട്ര സിയോനിസ്റ്റ് (Luios Theroux: The ultra Zionists, 2011)

ഈസ്റ്റ് ജെറുസലേമിലും ഹെബ്രോണിലും അതി തീവ്ര ദേശിയവദികളായ ജൂതന്മാരുടെ കുടിയേറ്റത്തെ കുറിച്ച് ബ്രിട്ടീഷ്-അമേരിക്കൻ എഴുത്തുകാരനും ഡോക്യുമെൻറി സംവിധായകനുമായ ലൂയി തെറോ നടത്തുന്ന അന്വേഷണം ആണ് ഈ ഡോക്യുമെന്ററിയിൽ ചിത്രീകരിച്ചിട്ടുള്ളത്. ഒരു കൂട്ടം ജൂതകുടിയേറ്റക്കാരുടെ കൂടെ ഒന്നിച്ച് കഴിയുന്ന അദ്ദേഹം, ജനസംഖ്യ വർദ്ധിപ്പിച്ച് വെസ്റ്റ് ബാങ്കിലെ ഒരു മേഖല അവരുടെ കേന്ദ്രമായി മാറ്റുന്നതിനുള്ള ശ്രമമാണ് അവരുടേതെന്ന് കണ്ടെത്തുന്നു.

"ഈ ജീവിതത്തിനിടയിൽ ഇത്തരം നിരവധി തീവ്രജൂതവംശീയരെ ഞാൻ (തെറോ) കണ്ടിട്ടുണ്ട്. ഇവരിൽ പലരും കൃത്യമായ രേഖകൾ ഇല്ലാത്തവരാണ്. പാലസ്തീൻ മേഖലയിൽ കുടിയേറിയ ഒരാളോട് ഞാൻ അതെപ്പറ്റി ചോദിച്ചപ്പോൾ പറഞ്ഞത്, ഇത് പാലസ്തീൻ പ്രദേശമല്ല, ഇസ്രയേലിന്റെ ഭൂമിയാണെന്നാണ്".

തന്റെ താൽപ്പര്യമനുസരിച്ച്, തെറോ ഇത്തരം തീവ്രദേശീയവാദി കളുടെ ഒപ്പം ജീവിച്ച്, അവരുടെ സമീപനങ്ങളും നിലപാടുകളും പരി ശോധിക്കയാണ്.

5. ഇസ്രായേൽ v/s ഇസ്രായേൽ (Israel v/s Israel, 2010)

ചിത്രത്തിന് രണ്ട് ഭാഗങ്ങൾ ഉണ്ട്. ഒന്നാം ഭാഗം ഇങ്ങനെയാണ് :

ഒരു മുത്തശ്ശി, ഒരു ജൂതസന്യാസി, ഒരു അരാജകവാദി, ഒരു മുൻ പട്ടാളക്കാരൻ. ഇവരൊക്കെ ചേർന്ന് പാലസ്തിൻ പ്രദേശത്തെ ഇസ്രായേൽ അധിനിവേശം അവസാനിപ്പിക്കാൻ ശ്രമിക്കുന്നു. ജൂത സമാധാനസംരക്ഷണ ഗ്രൂപ്പ് വളരെ ക്രിയാത്മകമായ പ്രവൃത്തികളാണ് അവിടെ ചെയ്യുന്നത്.

ജൂത സമാധാന പ്രവർത്തകർ നിയമവിരുദ്ധമായ അധിനിവേ ശത്തെ നാൽപ്പത് വർഷങ്ങളായി അക്ഷരാർത്ഥത്തിൽ ചെറുത്ത് നിൽക്കുന്ന കഥ ചിത്രം പറയുന്നു. ചിത്രം ഇസ്രയേലി പട്ടാളക്കാരിൽ നിന്ന് നിയമവിരുദ്ധമായ അധിനിവേശത്തിന്റെ ചരിത്രം ചികഞ്ഞെടു ക്കുന്നുണ്ട്. ഈ ഇസ്രയേലികൾ അപകടകരമായ കുറ്റവാളികൾ ആയും പരിഹാസ്യരും ആയാണ് ചിത്രം വരച്ചുകാട്ടുന്നത്. ഇസ്രയേലിനു തന്നെ ഹാനികരമാണ് അവർ.

ചിത്രത്തിന്റെ രണ്ടാം ഭാഗത്തിൽ, ഒന്നാം ഭാഗത്തിന്റെ നിർമ്മാണ രീതികളാണ് നാം കാണുന്നത്.

6. ദ ഇസ്രായേലി ലോബി (The Israeli lobby, 2007)

ചിത്രം ഇസ്രായേൽ-അമേരിക്ക ബന്ധം ചർച്ച ചെയ്യുന്നു. സാമ്പത്തി കമായും ആയുധപരമായും അമേരിക്കൻ സഹായം ഇസ്രായേലിനു ലഭി ക്കുന്നില്ലേ? എന്ത് കൊണ്ട് ഇത് തുറന്നു പറയാൻ അവർക്ക് പറ്റുന്നില്ല? അമേരിക്കയിലെ ചിക്കാഗോ സർവ്വകലാശാലയിലെ സാമൂഹികശാ സ്ത്രജ്ഞനായ മീഷ് ലമറും ഹാർവാഡിലെ സ്റ്റീവ് വാൾട്ടും കൂടെ ചെയ്ത പഠനം 'ദ ഇസ്രയേലി ലോബി ഏൻഡ് യു.എസ് ഫോറിൻ പോളിസി'

എന്ന പഠനത്തെ അടിസ്ഥാനമാക്കിയ ഡോക്യുമെന്ററിയാണിത്. ഇസ്രയേൽ അമേരിക്കൻ ബന്ധത്തിന്റെ ഉള്ളറകളിലേക്ക് കടക്കുന്നു ഈ പഠനം.

ഈ ബന്ധം എതിർത്ത ചരിത്രകാരൻ ടോണി ജൂഡിന്റെ ലെക്ചർ അവസാനനിമിഷം റദ്ദാക്കപ്പെടുകയും ഹ്യൂമൺ റൈറ്റ്സ് പ്രവർത്തകൻ കെന്നത്ത് റോത്തിനെ ഒരു സംഘം ആക്രമിക്കയും ചെയ്തു. കാരണം, ലെബനോനുമായുള്ള യുദ്ധത്തിൽ ഇസ്രയേൽ നടത്തിയ ക്രൂരമായ ആക്രമണങ്ങളെ അപലപിച്ചിരുന്നു റോത്ത്. ഈ രീതിയിൽ ഇസ്രയേൽ -അമേരിക്കൻ ബാന്ധവത്തെ എതിർക്കുന്നവരെ ശാരീരികമായി നേരിടുകയാണ് അമേരിക്കയും ഇസ്രായേലും. ഇതാണ് ഡോക്യുമെന്ററിയുടെ കേന്ദ്രപ്രമേയം.

7. പാലസ്തീൻ ഈസ് സ്റ്റീൽ ദ ഇഷ്യു (Palestine is still the issue, 2002)

ഇസ്രായേൽ രാജ്യത്തുള്ളവരും, പാലസ്തീൻകാരുമായുള്ള അസാധാരണമായ അഭിമുഖങ്ങൾ നടത്തിയ ജോൺ പിൽഗർ ഇസ്രയേൽ-പാലസ്തീൻ പ്രശ്നങ്ങളുടെ കാതൽ കണ്ടെത്തുന്നു. ചെക്ക്പോസ്റ്റുകളിൽ പാലസ്തീൻ ജനങ്ങൾ അനുഭവിക്കുന്ന വേർതിരിവുകൾ ആഫ്രിക്കയിലെ വർണ്ണവിവേചനത്തിന് സമാനമാണെന്ന് കണ്ടെത്തുന്നു പിൽഗർ.

ആത്മഹത്യാ സ്ക്വാഡുകളിലെ കുടുംബങ്ങളേയും അതിൽ കൊല്ലപ്പെട്ടവരുടെ കുടുംബങ്ങളേയും കണ്ട് സംസാരിക്കുന്നു പിൽഗർ.

അഭയാർത്ഥിക്യാമ്പുകളിൽ ചെന്ന് കുട്ടികളെ കാണുന്ന പിൽഗർ. അവരെപ്പറ്റി പറയുന്ന അഭിപ്രായം ഇതാണ്: "അവർ സാധാരണ കുട്ടികളേപ്പോലെ സ്വപ്നം കാണുന്നില്ല, സ്വപ്നം കാണുന്നെങ്കിൽ അത് മരണത്തെക്കുറിച്ച് മാത്രമാണ്."

8.ലൈഫ് ഇൻ ഒക്കുപ്പൈഡ് പാലസ്തീൻ (Life in occupied Palestine, 2009)

ഒരു അമേരിക്കൻ ജൂതസ്ത്രീ, അന്ന ബത്സർ അഞ്ച് മാസം, ഇന്റർനാഷണൽ വിമൻസ് പീസ്സ്ഫൗണ്ടേഷന് വേണ്ടി വെസ്റ്റ് ബേങ്കിൽ താമസിച്ചു, അവിടുത്തെ അവസ്ഥയെപ്പറ്റി പഠനം നടത്തിയിരുന്നു. ഇതനുസരിച്ച ഇസ്രായേൽ ഭരണകൂടത്തിന്റെ പോളിസികൾ എങ്ങനെ പാലസ്തീനിലെ സാധാരണ ജീവിതം തകർത്തു എന്നും ഇവയൊക്കെ എങ്ങനെയാണ് ലോക മാധ്യമരംഗം മൂടി വെക്കുന്നതെന്നും,

വിഴുങ്ങുന്നവെന്നും വെളിപ്പെടുത്തുന്നു. പാലസ്തീൻ -ഇസ്രയേൽ ബന്ധം പഠിക്കുന്ന എല്ലാവരും നിർബ്ബന്ധമായും കണ്ടിരിക്കേണ്ട ഡോക്യുമെന്ററിയാണ്.

9.പീസ്, പ്രൊപ്പഗാണ്ട, ഏൻഡ് ദ പ്രോമിസ്ഡ് ലാൻഡ്. (Peace, Propaganda and The promised land, 2004)

ഇത് മിഡിൽ ഈസ്റ്റിലെ വാർത്തകൾ അമേരിക്കൻ മാധ്യമങ്ങൾ വളച്ചൊടിച്ച് പ്രസിദ്ധികരിക്കുന്നത് വിശദമാക്കുന്നു. ഇതു വഴി പാലസ്തീൻ വിരുദ്ധനിലപാട് സ്വീകരിക്കുന്നു അവർ. ഇസ്രായേൽ-പാലസ്തീൻ വിഷയത്തിൽ ഇസ്രായേൽ പക്ഷം പിടിക്കുന്നു അമേരിക്ക.

ഇതിന് കാരണമായി സംവിധായകൻ പറയുന്നത് ഇസ്രയേലിന്റെ കൈവശമുള്ള എണ്ണ സമ്പത്തും, ആ മേഖലയിൽ ഒരു മിലിറ്ററി ബേസ് ഉണ്ടാക്കാനുള്ള അമേരിക്കയുടെ താൽപ്പര്യവുമാണ്.

10. വിത്ത് ഗോഡ് ഓൺ യുവർ സൈഡ്. (With god on your side, 2010).

ക്രിസ്ത്യൻ സിയോണിസത്തിന്റെ തിയോളജി പരിശോധിക്കുന്ന ഡോക്യുമെന്ററി ആണ് ഇത്. അത് ജൂതന്മാർ ദൈവം തിരഞ്ഞെടുത്തവരാണ് എന്ന സിദ്ധാന്തം പ്രചരിപ്പിക്കുന്നു. ഇസ്രായേലിനു മേൽ അവർക്ക് പ്രത്യേക അവകാശം ഉണ്ട് എന്ന് ജൂതന്മാർ വിശ്വസിക്കുന്നു. ഇതിന്റെ അടിസ്ഥാനത്തലാണ് പടിഞ്ഞാറുള്ള ക്രിസ്ത്യാനികൾ ഇസ്രായേലിനു പൂർണ്ണ പിന്തുണ നൽകുന്നത്. ഇതിന്റെ ഫലമായി മുസ്ലിം ക്രിസ്ത്യൻ പാലസ്തീനികൾക്ക് നിരന്തര പീഡനം മാത്രം ലഭിക്കുന്നു. ഇസ്രേയിലികൾക്കും പലസ്തീൻകാർക്കും സൗഹാർദ്ദപരമായി ഇടപെടാനുള്ള ഒരു സാധ്യത ബൈബിൾ നൽകുന്നുണ്ട് എന്നും അവർക്ക് ഒരുമിച്ച് കഴിയാനുള്ള വഴി ദൈവം തന്നെ കണ്ടെത്തിയിട്ടുണ്ട് എന്നും ചിത്രം വ്യക്തമാക്കുന്നു.

9
പാലസ്തീനിലെ യുവ സംവിധായകർ

ലോകത്തിലെ മറ്റ് രാജ്യങ്ങൾ അപേക്ഷിച്ച് പാലസ്തീനിൽ യുവചലച്ചിത്രകാരന്മാർ/കാരികൾ കൂടുതലായുണ്ട് എന്ന് കാണാം. പാലസ്തീൻ -ഇസ്രയേൽ പ്രശ്നത്തിന്റെ ഗൗരവമാണ് ഇത് കാണിക്കുന്നത്. അവരിൽ കുറച്ച് പേരെ പരിചയപ്പെടുത്തുക മാത്രം ചെയ്യുന്നു.

1.ബസ്സാം ജർബാവി (Bassam Jarbawi)

ഏറെ ശ്രദ്ധ നേടിയ പാലസ്തീൻ യുവചലച്ചിത്രകാരനാണ് ബസ്സം ജർബാവി അദ്ദേഹത്തിന്റെ ആദ്യകഥാചിത്രം 'സ്ക്രൂഡ്രൈവർ' (Screwdriver, 2018) ചലച്ചിത്ര മേളകളിൽ ഏറെ ചർച്ച ചെയ്യപ്പെട്ടിരുന്നു. ബോസ് ഫറാസ് അന്താരാഷ്ട്രമേള, കേരള രാജ്യാന്തരചലച്ചിത്രമേള തുടങ്ങിയ മേളകളിൽ ചിത്രം ഏറെ ശ്രദ്ധിക്കപ്പെട്ടു.

പാലസ്തീൻ ജനതയിൽ ഇരുപത് ശതമാനത്തിനുമേലെ ആളുകൾ ഒരിക്കലെങ്കിലും ജയിൽ വാസമനുഭവിച്ചവരാണ് എന്ന് കണക്കുകൾ സൂചിപ്പിക്കുന്നു. ഇത്തരത്തിൽ ജയിലിൽ കഴിഞ്ഞ് പുറത്തുവരുന്നവർക്ക് പൊതുസമൂഹവുമായി ചേർന്ന് പോകാൻ ഒരിക്കലും കഴിയാറില്ല. ഈ വിഷയം കേന്ദ്രമാക്കിയാണ് ജർബാവി, 'സ്ക്രൂഡ്രൈവർ' (2018) നിർമ്മിച്ചിരിക്കുന്നത്. പതിനഞ്ച് വർഷക്കാലം ഇസ്രയേലി ജയിലിൽ കഴിയേണ്ടിവന്ന സിയാദിന്റെ ശാരീരികവും മാനസികവുമായ

മരവിപ്പിന്റേയും, മറ്റുള്ളവരിൽനിന്നും അയാളനുഭവിക്കുന്ന അകൽച്ചയുടേയും ശക്തമായ ആവിഷ്ക്കാരമാണ് ഈ ചിത്രം. ബാസ്കറ്റ്ബോൾ കോർട്ടിലും പുറത്തും അയാളുടെ ആത്മസുഹൃത്തായ റംസിയുടെ കൊലപാതകത്തിലെ അനീതി സിയാദിന് ക്ഷമിക്കാവുന്നതിനുമപ്പുറമായിരുന്നു. ഇതിൽ പ്രതിഷേധിച്ച്, സുഹൃത്തുക്കളുമൊന്നിച്ച് തെരുവിൽ നടക്കുമ്പോൾ, കാരണമൊന്നുമില്ലാതെ പ്രകോപനമുണ്ടാക്കിയ ഇസ്രയേലി പട്ടാളക്കാരനെ അയാൾ വെടിവെച്ചുകൊല്ലുന്നു. അതിന് പതിനഞ്ച് വർഷങ്ങൾ ജയിലിൽ കഴിച്ചുകൂട്ടി പുറത്തിറങ്ങിയ സിയാദ് മറ്റൊരാളായിമാറിക്കഴിഞ്ഞിരുന്നു. ശാരീരികവും വൈകാരികവുമായ അസ്വസ്ഥതകളിൽ അയാൾ തകർന്നു പോകുന്നു. ലോകത്തോട് പ്രതികരിക്കാനാകാതെ, പൊതുസമൂഹത്തോട് ചേർന്ന് നിൽക്കാനാകാതെ പ്രതിസന്ധിയിലകപ്പെടുന്ന സിയാദിന്റെ ജീവിതത്തിലേക്കാണ് 'സ്ക്രൂഡ്രൈവർ' നമ്മെ എത്തിക്കുന്നത്.

അയാളെ സാധാരണജീവിതത്തിലേക്ക് എത്തിക്കാൻ ശ്രമിക്കുന്ന സഹോദരി, മാതാവ്, സൽമയെന്ന് സുഹൃത്ത്, ഡോക്യുമെന്ററി സംവിധായിക മിന എന്നിവരുടെ ശ്രമങ്ങളൊന്നും ഫലം കാണുന്നില്ല. ഒരു ജോലി ശരിയാക്കിക്കൊടുക്കുന്ന സുഹൃത്തിനെ അയാൾക്ക് നിരാശപ്പെടുത്തേണ്ടി വരുന്നു. ജയിലിനു പുറത്തെ സ്വാതന്ത്ര്യം എങ്ങനെ ജീവിച്ചു തീർക്കാം എന്നറിയാതെ പരാജയപ്പെടുന്ന സിയാദിന്റെ ജീവിതം ഒറ്റപ്പെട്ടതല്ലെന്നും പാലസ്തീൻ ജനത കാലങ്ങളായി അനുഭവിച്ചുകൊണ്ടിരിക്കുന്ന ദുരന്തജീവിതത്തിന്റെ കാഴ്ചകളിലൊന്നു മാത്രമാണെന്നുമുള്ള അറിവോടെയാണ് നാം സ്ക്രൂഡ്രൈവർ കാഴ്ച അവസാനിപ്പിക്കുന്നത്. വെനീസ് ചലച്ചിത്രമേള 2018, അറബ് ഫിലിം ഫെസ്റ്റിവൽ 2019

• സ്ക്രൂഡ്രൈവർ

• ബസ്സാം ജർബാവി

എന്നിവിടങ്ങളിലടക്കം അനേകം ലോകമേളകളിൽ മികച്ച ചിത്രമായി സ്കൈഡ്രൈവർ തിരഞ്ഞെടുക്കപ്പെട്ടിരുന്നു.

ആധുനികപാലസ്തീൻ ചലച്ചിത്രരംഗത്തെ ശ്രദ്ധേയനായ സംവിധായകൻ ബസ്സാം ജർബാവി തുടക്കത്തിൽ ഫോട്ടോഗ്രാഫിയിലാണ് തന്റെ മികവ് തെളിയിക്കുന്നത്. ന്യൂയോർക്കിലെ കൊളംബിയ സർവ്വകലാശാലയിൽ നിന്നും തിരക്കഥാ രചനയും സംവിധാനവും പഠിച്ചശേഷം ഷോർട്ട് ഫിലിമുകളും മ്യൂസിക് വീഡിയോകളും നിർമ്മിച്ച ജർബാവിയുടെ 'റൂസ് ജാജ്" (Chiken Heads) എന്ന ഷോർട്ട് ഫിലിം നിരവധി ലോക അംഗീകാരങ്ങൾ നേടിയിട്ടുണ്ട്. പാലസ്തീൻ സിനിമയുടെ വരും കാല പ്രതീക്ഷകളിൽ ബസ്സാം ജർബാവിയുടെ പേർ മുൻനിരയിൽത്തന്നെയുണ്ടാവെമെന്ന് തീർച്ചയാണ്.

2.മെയ് സൊലൂൺ ഹമൂദ് (Maysolun Hamoud)

1982 ൽ ഹങ്കറിയിലെ ബുഡാപെസ്റ്റിൽ പാലസ്തീൻ മാതാപിതാക്കളുടെ മകൾ ആയി പിറന്ന ഹമൂദ്, രണ്ടു ചിത്രങ്ങൾ മാത്രമേ സംവിധാനം ചെയ്തിട്ടുള്ളൂ എങ്കിലും, രണ്ടും അന്താരാഷ്ട്ര പുരസ്കാരങ്ങൾ നേടിയിരുന്നു. ബുഡാപെസ്റ്റിൽ നിന്ന് ഇസ്രായേലിലെ ബിർഷേബയിൽ വന്ന അവർ ടെൽ അവീവിലെ മിൻഷർ സ്കൂൾ ഓഫ് ആർട്സിൽ നിന്ന് സിനിമ പരിശീലിച്ചു.

2016 ലെ ഫീച്ചർ ഫിലിം, 'ഇൻ ബിറ്റ്വീൻ' (In Between) ടെൽ അവീവ് കേന്ദ്രമാക്കുന്നു. മൂന്നു സ്ത്രീകൾ ഒരു ഫ്ലാറ്റിൽ ഒന്നിച്ചു താമസിക്കുന്നു. ചിത്രത്തിൽ മുസ്ലിം സ്ത്രീകൾ മദ്യപിക്കയും മയക്കുമരുന്ന് ഉപയോഗിക്കുകയും ചെയ്യുന്നതിനാൽ, സംവിധായികയ്ക്കെതിരെ മുസ്ലിം മതനേതാക്കൾ ഫത്വ പ്രഖ്യാപിച്ചു. അതോടൊപ്പം അവരുടെ നേർക്ക് വധഭീഷണിയുമുണ്ടായിരുന്നു. എന്നാൽ സംവിധായിക ഇവയൊന്നും ഗൗരവത്തിലെടുത്തില്ല.ചിത്രത്തിലെ മൂന്നു പേരും തങ്ങളുടെ കുടുംബങ്ങളുടെ പാരമ്പര്യങ്ങളിൽ നിന്ന് മാറി നടക്കുന്നു. ഫ്ലാറ്റിൽ സ്വതന്ത്ര ജീവിതം നയിക്കുന്നു. "തിരക്കഥ എഴുതിയപ്പോൾ മതനേതാക്കളുടെ എതിർപ്പ് ഞാൻ പ്രതീക്ഷിച്ചിരുന്നു. എന്നാൽ ഇത്രത്തോളം പോകുമെന്ന് കരുതിയില്ല" ഹമൂദ് പറയുന്നു.

മൂന്നുപേരിൽ ഒരാളായ നൂർ, വിവാഹം കഴിക്കാൻ തീരുമാനിച്ച ആൾ മതപരമായി ഒരു ഹിപ്പോക്രാറ്റ് ആണ്. ഒരു ഡിജെ ആവാൻ ആഗ്രഹിക്കുന്ന സൽമക്ക്, താനൊരു ഹോമോസെക്ഷ്വൽ ആണെന്ന് സ്വന്തം കുടുംബത്തോട് പറയാൻ കഴിയുന്നില്ല. ഒരു മികച്ച വക്കീലായ ലൈല തന്നെപ്പോലെ ലിബറലും സ്വതന്ത്ര ചിന്താഗതിയുമുള്ള ഒരാളെ വിവാഹം കഴിക്കാനാണ് ആഗ്രഹിക്കുന്നത്. എങ്കിലും, നിരാശപ്പെടുന്നു. നിശാക്ലബ്ബുകളും ഹോമോസെക്ഷ്വാലിറ്റിയും മയക്കുമരുന്നുമൊക്കെയുള്ള പ്രകോപനപരമായ ദൃശ്യങ്ങൾ ചിത്രത്തിൽ നിരവധി ഉണ്ട്. ഇതൊന്നും പാലസ്തീൻ സിനിമ നേരത്തെ കണ്ടിട്ടില്ലാത്തവയാണ്. "എനിക്ക് പ്രകോപനപരമായ ദൃശ്യങ്ങൾ കാണിക്കണം. എങ്കിലേ നമുക്ക് എല്ലാത്തിനെയും ഒന്ന് ഇളക്കി മറിക്കാൻ കഴിയൂ. എനിക്ക് തോന്നുന്നത്, യാഥാർത്ഥ്യങ്ങൾ മാറ്റിയാലേ നമുക്ക് സമൂഹത്തെ മാറ്റാൻ കഴിയൂ. കലാകാരന്റെ ധർമ്മം മാറ്റങ്ങൾ കൊണ്ടു വരികയാണ്." സംവിധായിക തന്റെ ചിത്രത്തെ ന്യായീകരിക്കുന്നു.

• മെയ് സൊലൂൺ ഹമൂദ്

ഇതൊക്കെയാണെങ്കിലും' ഇൻ ബിറ്റ് വീൻ ' 2016 ടോറോന്റോ അന്താരാഷ്ട്ര ചലച്ചിത്രോത്സവത്തിൽ നാറ്റ്പെക് പുരസ്കാരം നേടി.

പാലസ്തീൻ കവി മുഹമ്മദ് ഡർവിഷിന്റെ Memory of Forgetfulness ഇൽ നിന്ന് പ്രചോദനം ഉൾക്കൊണ്ട്, 'Sense of Morning' എന്ന ഷോർട് ഫിലിം ഹമൂദ് നിർമ്മിച്ചു. ആ ചിത്രവും പുരസ്കാരങ്ങൾ നേടിയിരുന്നു. ഇപ്പോൾ ഇസ്രായേലി സ്കൂളിൽ ജോലി നോക്കുകയാണ് മേസോല്ലൂൺ ഹമൂദ്.

വധഭീഷണികളെ അവഗണിച്ചുകൊണ്ട് ഇനിയും ഇത്തരം ചിത്രങ്ങൾ നമുക്ക് അവരിൽ നിന്ന് പ്രതീക്ഷിക്കാം.

3.മഹാ ഹജ്
(Maha Haj)

സംവിധാനം, തിരക്കഥാരചന, സെറ്റ് ഡിസൈനിങ്ങ് എന്നിവ ചെയ്യുന്ന പ്രസിദ്ധയായ മഹാ ഹജ് നസ്രേത്തിൽ ആണ് ജനിക്കുന്നത്. ഒരു ക്രിസ്ത്യൻ സ്കൂളിൽ പഠിച്ച അവർ, പിതാവിന്റെ നിർദ്ദേശത്തിൽ ഫാർമസി കോഴ്സിന് ചേർന്നു. എന്നാൽ ഒരു വർഷം കഴിയുന്നതിനിടക്ക്, ഇംഗ്ലീഷ് സാഹിത്യം പഠിച്ചു തുടങ്ങി, ഡിഗ്രി പൂർത്തിയാക്കി. അതുപോലെ ഹിബ്രു സർവ്വകലാശാലയിൽ നിന്ന് എം. എയും അവർ കരസ്ഥമാക്കി. എന്നാൽ അവർക്ക് കൂടുതൽ താൽപ്പര്യം കലയിൽ ആയിരുന്നു.

മഹാ ഹജ്ജിന്റെ ചലച്ചിത്രജീവിതം ആരംഭിക്കുന്നത് എലിയ സുലൈമാന്റെ 2009 ചിത്രം 'ദ ടൈം ദാറ്റ് റിമെയിൻസി'ന്റെ, തിരക്കഥ, സെറ്റ് ഡിസൈൻ, ആർട്ട് ഡിറൈൻ എന്നിവ ചെയ്തു കൊണ്ടാണ്. തുടർന്ന് സിയാദ് ദൗരിയുടെ 'ദ അറ്റാക്ക്'നു വേണ്ടി അവർ ഇവ തുടർന്നു. അവർ. സ്വന്തം വർക്ക് തുടങ്ങുന്നത് 2009ൽ നിർമ്മിച്ച ഷോർട് ഫിലിം 'Burtuqual' ലോടെയാണ്. അതിന് ശേഷം 'Within the Walls' എന്ന ഡോക്യുമെന്ററിയും മഹാ ഹജ്ജ് ചെയ്തു. രണ്ട് ചിത്രങ്ങളും അന്താരാഷ്ട്ര പുരസ്കാരങ്ങൾ നേടി. 2016 മഹാ ഹജ്ജിന്റെ ജീവിതത്തിൽ നിർണായകമായിരുന്നു. അവർ സംവിധാനം ചെയ്ത ഫീച്ചർ ഫിലിം 'Personal Affairs' കാനിൽ അൺസേർട്ടൻ റിഗാഡ് വിഭാഗത്തിൽ പ്രദർശിപ്പിച്ചു. ഒരു പാലസ്തീൻ വംശജ എന്ന നിലയിൽ, തന്റെ ചിത്രങ്ങൾക്ക് കിട്ടുന്ന പിന്തുണയെക്കുറിച്ച മഹാ ഹജ്ജ് എപ്പോഴും പരാതിപ്പെട്ടിരുന്നു. ഇനിയും മികച്ച ചിത്രങ്ങൾ നമുക്ക് മഹാ ഹജ്ജിൽ നിന്ന് പ്രതീക്ഷിക്കാം.

4.ചെറിയേൻ ഡബിസ്
(Cherien Dabis)

1976 ൽ ജനിച്ച ചെറിയേൻ ഡബിസ് പാലസ്തീൻ അമേരിക്കൻ, നടിയും തിരക്കഥാകൃത്തും നിർമ്മാതാവും ആണ്. അമേരിക്കയിലെ, നെബ്രാസ്കയിൽ ജനിച്ച അവരുടെ പിതാവ് പാലസ്തീൻ വംശജനായ ഡോക്ടർ ആയിരുന്നു. അമേരിക്കയിലെ ഓഹിയോവിലും, ജോർദാനിലും ആയി അവർ കഴിഞ്ഞു. ചെറിയേന്റെ അച്ഛൻ പാലസ്തീൻ അഭയാർത്ഥി ആയിരുന്നു. എട്ടാം വയസ്സിൽ അവർ പാലസ്തീൻ സന്ദർശിച്ചു. ഇസ്രായേൽ അതിർത്തിയിൽ പന്ത്രണ്ടു മണിക്കൂർ അവരെ പട്ടാളം തടഞ്ഞുവെച്ചു. പിന്നീട് ഇരുപത് വർഷം കഴിഞ്ഞേ അവർ പാലസ്തീൻ സന്ദർശിച്ചുള്ളൂ. ഈ സംഭവം അവരെ പാലസ്തീൻകാർ എന്ന് പറഞ്ഞാൽ എന്താണ് എന്ന് ബോധ്യപ്പെടുത്തി. അമേരിക്കയിലേക്ക് തിരിച്ചുപോയി അവർ.

ഗൾഫ് യുദ്ധം ആരംഭിച്ചപ്പോൾ, അവരുടെ പിതാവിന് രോഗികളെ നഷ്ടപ്പെട്ടത് മാത്രമല്ല, അമ്മയെ 'അറബ് ബിച്ച്' എന്ന് അമേരിക്കൻ ജനങ്ങൾ വിളിക്കാൻ തുടങ്ങി. അച്ഛനു മകൻ ഇല്ലെങ്കിലും, 'അവൻ' സദ്ദാം ഹുസൈനുമായി യുദ്ധം ചെയ്യുകയാണ് എന്ന വാർത്ത പരക്കാൻ തുടങ്ങി. വർഷങ്ങൾ കഴിഞ്ഞാണ് അവർ കൊളമ്പിയ സർവ്വകലാശാലയിൽ സിനിമാ ജീവിതം ആരംഭിക്കുന്നത്. കുടുംബത്തിൽ ധാരാളം ഈജിപ്തിലെ ക്ളാസ്സിക്കുകളും പുതിയ ചിത്രങ്ങളും ഉണ്ടായിരുന്നു. അവ മുഴുവൻ അവർ കണ്ടു. 'E.T', 'Wizard of Oz' എന്നീ ചിത്രങ്ങൾ അവരുടെ കാഴ്ചയെ ഏറെ മാറ്റി മറിച്ചു. മൈക്ക് ലി, റോബർട് ആൾട്ടമേൻ, ജോൺ കസാവറ്റ്സ് എന്നിവർ വ്യക്തിപരമായ സ്വാധീനം ചെലുത്തി. '400 ബ്ലോസ്", 'ബൈസിക്കിൾ തീവ്സ്", 'അലി: ഫിയർ ഈറ്റ്സ ദ സോൾ' തുടങ്ങിയ ചിത്രങ്ങൾ അവർക്ക് പ്രചോദനം നൽകി.

ചെറിയേൻ ഡബിസിന്റെ ഫിലിമോഗ്രഫിയിൽ നിരവധി ചിത്രങ്ങൾ ഉണ്ട്. ഷോർട്ട് ഫിലിം ആയ 'മെയ്ക്ക് എ വിഷ് (2006)', ഫീച്ചറുകളായ 'അംരീക്ക (2009)', 'മേയ് ഇൻ സമ്മർ (2013)', 'നോട്ട് എനഡർ വേൾഡ് (2013)', 'ക്വണ്ടിക്കോ (2015)', 'എമ്പയർ (2017)', 'ദ സിന്നർ (2018)', 'സ്വീറ്റ് ബിറ്റർ (2018)', 'ഇമംപ്ലസ് (2019)', 'റാമി (2019)', 'ലിറ്റിൽ വോയ്സ് (2020)' എന്നിവയാണ് ചെറിയാൻ ടാബിസിന്റെ ചിത്രങ്ങൾ. നിരവധി അന്താരാഷ്ട്ര പുരസ്കാരങ്ങൾ അവർ ഈ ചിത്രങ്ങൾക്ക് നേടിയിട്ടുണ്ട്.

ഇവയിൽ 'അംരീക' കാനിൽ ഫിപ്രസി പുരസ്കാരം നേടി. 2009 ൽ നിർമ്മിച്ച ഈ ചിത്രം, അമേരിക്കൻ പാലസ്തീൻ കുടുംബത്തിന്റെ വെസ്റ്റ് ബേങ്കിലും അമേരിക്കയിലെ ചിക്കാഗോ (9 / 11ന് ശേഷമുള്ള) വിലും

ഉള്ള ജീവിതം ചിത്രീകരിക്കുന്നു. മുന ഫറ, പാലസ്തീൻ ക്രിസ്ത്യൻ കുടുംബത്തിലെ വിധവയാണ്.അവർ മാതാവിനും പത്തു വയസ്സുള്ള മകൻ ഫാദിക്കുമൊപ്പം താമസിക്കുന്നു. ഇടയ്ക്ക് വീട്ടിൽ വരുന്ന സഹോദരൻ മാത്രമാണൊരു സഹായം. വെസ്റ്റ് ബാങ്കിലെ റാമല്ലയിലെ ഒരു ബാങ്കിൽ ജോലി ചെയ്യുന്നു അവർ. ഒരു ലോട്ടറി വഴി അമേരിക്കയിലേക്കുള്ള ഒരു ഗ്രീൻ കാർഡ് അവർക്ക് ലഭിക്കുന്നു. അവരുടെ സഹോദരി അവിടെ ഡോക്ടർ ആയി ജോലി ചെയ്യുന്നുണ്ട്. അവരും കുടുംബവും അവിടെ താമസിക്കുകയാണ്. മുനയും ഫാദിയും അമേരിക്കയിലേക്ക് പോകുന്നു. അവിടെ ചെന്നപ്പോൾ ആണ് അവരുടെ യഥാർത്ഥ അവസ്ഥ മുനക്ക് മനസ്സിലാകുന്നത്.

9/11നും ഇറാഖി യുദ്ധത്തിനും ശേഷം അമേരിക്കൻ ജനതയുടെ മുസ്ലിങ്ങളോടുള്ള സമീപനം തികച്ചും വ്യത്യസ്തമായിരുന്നു. മുനയുടെ സഹോദരിയുടെ പ്രാക്ടീസ് നിന്നു. ഫാദിയെ സ്കൂളിൽനിന്ന് മറ്റു കുട്ടികൾ മർദ്ദിക്കുന്നു. മുനയ്ക്കാണെങ്കിൽ ജോലി ഒന്നുമില്ല. മുന സ്കൂൾ പ്രിൻസിപ്പിലിനെക്കണ്ട് തങ്ങൾ മുസ്ലിങ്ങൾ അല്ലെന്ന് പറയുമ്പോൾ മാത്രമാണ് കാര്യങ്ങൾ മാറുന്നത്. പിന്നീട് ഫാദിക്ക് നേരെ അത്തരം നീക്കങ്ങൾ ഒന്നും ഉണ്ടായില്ല. മുനയ്ക്ക് ജോലി ഇല്ലാതെ, അവർ വൈറ്റ് കാസിലിന് അടുത്തുള്ള ബാങ്കിൽ ജോലി ചെയ്യുന്നതായി അഭിനയിക്കുകയായിരുന്നു. പിന്നീട് അവർക്ക് അവിടെ ബാങ്കിൽ ജോലി ലഭിക്കുന്നു. സഹോദരിക്കും പ്രാക്ടീസ് ഉണ്ടാവുന്നു. ഇങ്ങനെ കാര്യങ്ങൾ നല്ല രീതിയിൽ അവസാനിക്കുന്നു.